பெண்களுக்கு
சொற்கள் அவசியமா?

பெண்களுக்கு சொற்கள் அவசியமா?

தேர்ந்தெடுக்கப்பட்ட கட்டுரைத் தொகுப்பு

யோகி

டிஸ்கவரி புக் பேலஸ்

கே.கே.நகர் மேற்கு, சென்னை - 600 078.
(பாண்டிச்சேரி கெஸ்ட் ஹவுஸ் அருகில்)
Ph: 044 - 4855 7525 Mobile: +91 87545 07070

பெண்களுக்கு சொற்கள் அவசியமா? (கட்டுரைகள்)
ஆசிரியர் : யோகி©

Pengalukku Sorkal Avasiyama? (Essays)
Author : **Yogi**©
yogi04namnaadu@gmail.com

First Edition: Jan - 2019
Pages: 144 - ISBN: 978-93-86555-67-0

Cover & Book Design : Oviyar Sandru (Malaysia)

Published by :

Discovery Book Palace (P) Ltd,
6, Mahaveer Complex, Munusamy Salai,
K.K.Nagar West, Chennai-600 078.
Ph: +91 44 48557525
Mobile: +91 87545 07070

E-mail: **discoverybookpalace@gmail.com,**
Website: **www.discoverybookpalace.com**

Rs. 150

இந்த நூலில் பிரசுரமாகியுள்ள எந்த ஒரு பகுதியையும் பதிப்பாளரின் எழுத்துபூர்வமான முன்அனுமதி பெறாமல் எடுத்தாள்வதோ, மறுபிரசுரம் செய்வதோ, மொழியாக்கம் செய்வதோ, அச்சு மற்றும் மின்னணு ஊடகங்களில் மறுபதிப்பு செய்வதோ, காப்புரிமை சட்டப்படி தடை செய்யப்பட்டுள்ளது. இந்த நூலிலிருந்து குறிப்பிட்ட பகுதிகளை மேற்கோள்காட்டி புத்தக விமர்சனம் செய்ய, ஊடகங்களுக்கு மட்டும் அனுமதி உண்டு.

உங்கள் மொபைல் போனிலிருந்து ஸ்கேன் செய்து டிஸ்கவரி புக் பேலஸின் மொபைல் ஆப்பை டவுன்லோடு செய்து, புத்தகங்களை வாங்குங்கள்.

நன்றி

தமிழ் ஊடகங்கள்
ஆதவன் தீட்சண்யா
பாம்பாட்டிச்சித்தன்
ச.விசயலட்சுமி
ஓவியர் சந்துரு
டிஸ்கவரி புக் பேலஸ்

ஔவையின் அடிச்சுவடுகள்

“கலை எனும் செயல்பாட்டினூடாக ஒரு நபர், தான் அனுபவித்த உணர்வுகளை மனதாரத் திட்டமிட்டு அடுத்தவர்களுக்குக் கடத்துவது” என்ற தால்ஸ்தாயின் சொற்கள் கலைக்கு, அதன் வரையறைக்கு எந்த அளவில் பொருத்தமானது என்பதல்ல. ஆனால் கலையை மக்கள் நோக்குவது அவர்களின் அனுபவ அறிவு சார்ந்தது என்ற கருத்தையே தால்ஸ்தாய் சுட்டவிரும்புவது. கலையின் தோற்றவகைகளில் இசை, நாடகம், ஓவியம் மற்றும் எழுத்து என எத்தனை இருப்பினும் அடிப்படையாக எண்ணங்களாலும் உணர்வுகளாலும் சிதைவடைந்த வாழ்வை மீட்டெடுத்தல், அகமகிழ்விப்பது மட்டுமின்றி துக்கங்களை பரிசோதித்து உறுதிசெய்தல், மிகச் சாதாரணமான பொருட்களின்/விஷயங்களின் மதிப்பை மறுபரிசீலனை செய்தல், மீள் சமநிலைக்குக் கொண்டுவருதல், உணர்வுகளைப் பதிவுசெய்தல், சுயபுரிதல், வளர்ச்சி, உலகின் அழகை, துயர்களை நினைவூட்டல் போன்றவற்றை செய்வதாலேயே கலை உயர்ந்ததாகக் கருதப்படுகிறது.

உண்மை என்னவென்றால், கலை ஒரு பயிற்சியோ, பழக்கமோ அல்ல; அதற்கும் மேலானது. அது வாழ்க்கை முறை. கலையனுபவம், மனித அனுபவத்துடன் இணைக்கப் பட்டுள்ளது என்ற உண்மை ஆச்சரியமல்ல, நம் வாழ்வின் அன்றாடங்களில் அது எப்பொழுதும் ஒரு பகுதியாகிவிட்டது. அதனாலேயே, உலகெங்கிலும் உள்ள ஆதிக்கால மற்றும் இன்றைய திணைசார்ந்த பழங்குடியினர் குழுக்கள் சாமர்த்தியம் பெற்றுள்ளனர், கலையோடு தங்களது பாரம்பரிய

கைவினைப்பொருட்கள், சடங்குகள் ஆகியவற்றை இணைத்து ஒரு கலவையாக்குவதற்கு. கலையோடு இவர்களுக்குண்டான இவ்வுறவு அவர்கள் அறிந்து நேர்ந்தது தானா? உண்மையில், கலை ஏன் முக்கியம் என்பதற்கான அடிப்படைக் காரணங்களில் இதுவும் ஒன்று.

கலையின் செவ்வியல்தன்மையில் பெண்களின் பங்கு தொன்றுதொட்டு வருவது. சிறந்த கலைப்படைப்புகள் பலவற்றை வழங்கிய பெண்கள் கலைத்துறையில் நிலவிய பாலின பாகுபாடுகளுக்கெதிராகவும் அதனின்று தங்களை தொலைவுபடுத்திக் கொண்டுமே இயங்கினர். பெண்கள் பலமற்றவர்கள், ஊர்க்கதைகளில் விருப்பமுள்ளவர்கள் போன்ற புனைவுகளை அவர்கள் தங்களின் உன்னதமான படைப்புகளால் எதிர்கொண்டபோதே வரலாற்றில் பெண்கள் தங்களின் கலைசார்ந்த மேன்மையையும், வல்லமையையும் நிறுவமுடிந்தது.

யோகி அவர்களின் கட்டுரைகளை மொத்தமாக வாசிக்கும்போது, அவரின் கட்டுரைகளில் மூன்று பிரிவுகள் எனக்குத் தென்பட்டன. பெண்ணியம் சார்ந்தவை, அகம்/சுயம் பற்றிய கட்டுரைகள், வாழ்நிலம்/சமூகம் குறித்தவை என. அவரின் எழுத்தானது உடனடியான நிஜ வாழ்விலிருந்து சட்டெனப் பிறப்பது இல்லை.

மாறாக, ஏற்கனவே தமிழில் எழுதப்பட்டிருக்கும் பல நூற்றாண்டு இலக்கியங்களின்வாயிலாக பயணித்த பின்னரே உருவாகிறது. "எங்கள் நாட்டில் சாதி இல்லை" என்ற கட்டுரையை வாசிக்கும்போது, 'சாதி யிரண்டொழிய வேறில்லை சாற்றுங்கால்' எனும் ஔவையின் வாசகமும், மலேசியப் பெண்கள் எதிர்கொள்ளும் சவால்களில் ஊடகங்கள் எதைப் பேசவேண்டுமோ அதைப் பேசவில்லை என வாசிக்கும்போது முன்னெழும் வரிகள்,

தூவா விரைத்தாலும் நன்றாகா வித்தெனவே பேதைக்கு உரைத்தாலுந் தோன்றா துணர்வு (ஔவை, நல்வழி)

தரும் உணர்வு நிஜம். மேலும் 'உணவு தினம்' என்ற கட்டுரையில் உணவு வீணாவதுபற்றிய வருத்தமும், அதன் எதிராக பசியின் கொடுமை குறித்த கீழ்வரும் வரிகளும் ஒரு தொடர்ச்சியை சுட்டுவதாக உள்ளன.

ஒருநாளும் என்னோ வறியாய் இடும்பைகூர் என்வயிறே
உன்னோடு வாழ்தல் அரிது (ஔவை, நல்வழி)

மனிதவுடம்பை உணவு தேடுவதிலேயே கழிப்பது அறியாமையாகும் என்னுமோர் கோணத்தையும் பொருத்திப் பார்க்கவியலுகிறது.

சேவித்துஞ் சென்றிரந்துந் தெண்ணீர்க் கடல்கடந்தும்
பாவித்தும் பாராண்டும் பாட்டிசைத்தும்போவிப்பம்
பாழின் உடம்பை வயிற்றின் கொடுமையால்
நாழி அரிசிக்கே நாம் (ஔவை, நல்வழி)

யோகி, தனது கட்டுரைகளில் இதையே கோபம், வருத்தம் மற்றும் எள்ளலுடன் சொல்கிறார்.

சுயம்சார்ந்த கட்டுரைகளில் குறிப்பிடத்தக்க அம்சம் அதுகாட்டும் எதிர்மறை. ஆர்சன் வெல்ஸின் திரைப்படமான 'சிட்டிசன் கேனில்' சாகும்தறுவாயில் செல்வந்தரான சார்லஸ் கேன் 'Rose bud' என சொல்லிவிட்டு மரணிக்க, அந்த வார்த்தையின் புதிரை அவிழ்க்க ஒரு நிருபர் முயற்சி செய்வதே மொத்தத் திரைப்படமும். இறுதியாக, அந்த வார்த்தையை ஏன் உச்சரித்தார் என்பது மர்மமாகவே இருக்கட்டும் என கண்டுபிடிக்க இயலாத அந்த நிருபர், சார்லஸ் கேனின் எஸ்டேட் விட்டு வெளியேற, கேமிரா அங்கே குப்பை என எரிப்பதற்கு வைக்கப் பட்டிருக்கும் பழைய பொருட்களைக் காட்டும்.

அதில் தனது எட்டு வயதில் சார்லஸ் கேன் பயன்படுத்திய ஒரு பனிச்சறுக்கு வண்டி அதன்மேல் 'Rose bud' என்ற சொற்கள் இருக்கும். அதுதான் கடைசியாக தனது தாய், தந்தையோடு கேன், தனது வீட்டின் முன் விளையாடிய நாள். அதன்பின் அவர்களைப் பிரிந்து தனது பால்யத்தை கஷ்டங்களில் கழித்த சார்லஸ் கேன். சாகும்போது மீண்டும் தாய், தந்தையோடு இருந்த அந்நாட்களை, பனிச்சறுக்கு ஆடிய அந்த தினங்களை, அந்த எட்டு வயதை, மாயமான பால்யத்தைத்தான் குறிப்பிட்டிருப்பார் என்பது நமக்கு விளங்கும். அதேபோன்று யோகி அவர்களின் 'அப்பா, எனக்குப் பிடித்த மழை' கட்டுரைகளில் நாம் சந்திக்கும் அந்த சிறுவயது யோகியும், அவரின் தகப்பனாரும், அவ்வனுபவங்களும் நிச்சயமாக 'Rose bud'தான் அவை.

இக்கட்டுரைத் தொகுப்பில், நல்ல கட்டுரைகளை அடையாளம் காணவியலுகிறது. மலேசிய பூர்வகுடிகள் தங்களின் அடையாளத்தை சிறுகச்சிறுக இழப்பது, 'பெண் உடல்மொழி', 'எங்கெங்கு காணினும்', 'காமன் பண்டிகை', 'ஹென்றிக் இப்சன்' போன்றவை மேலே நான் ஏற்கனவே கூறிய கட்டுரைகளோடு சேர்த்து நான் இங்கு மேலும் குறிப்பிட விரும்பும் சில. தொகுப்பின் பலமாக சரளமான எளிய நடை, எதிர்பாராமல் வந்து விழுகின்ற ஆழமான கருத்துகள்/கேள்விகள், தாவலில் நம்மை கட்டுரையோடு செலுத்தும்விதம் மற்றும் இழையோடும் அங்கதம் ஆகியன. இவற்றோடு ஒரு நல்ல பத்திரிகையாளருக்கு உண்டான கூர்மையான அவதானிப்பும், தன்னிச்சையான இயல்பும் (spontaneity) சேர்ந்திருக்கிறது.

போர்ஹேயின் கொள்கைகளில் ஒன்றான ஒரு எழுத்தாளன் தனக்கான முன்னோடிகளைத் தானே உருவாக்கிக் கொள்கிறான். இத்தொகுப்பு வாசிக்கும்போது இத்தொகுப்புக்கு அ.முத்துலிங்கம், சுஜாதா, எஸ்ரா போன்ற கட்டுரையாளர்கள் உத்வேகமாக இருந்திருக்கலாம் என்பது என் அனுமானம்.

இறுதியாக, கட்டுரைகளில் தென்படும் வார்ப்புத்தன்மை. இனிவரும் காலங்களில் அதைவிட்டு யோகி வெளியேறுவார் என நம்புகிறேன். மேலும் சில கட்டுரைகளின் முதல்பத்தியில் கட்டுரையாளர் சொல்லும் எதிர்மறை வாசகம் வாசகர்களை எத்தனை தூரம் தூக்கிச்செல்லும் அல்லது கவிழ்த்துவிடும் என்பதை என்னால் சொல்ல இயலவில்லை. அதையும்கூட தவிர்க்கலாம். கட்டுரைகளின் அவற்றின் அனுபவங்களின் நிறமாலையை இன்னும்கூட விரிவுபடுத்தலாம்

எழுத்துக்கலையின் செயல்பாட்டினூடாக உருவானவை இக்கட்டுரைகள். கலை என்பது திறமை என்பதைவிட தீவிரமான உணர்வு. தனது அருவத்தை ஒவ்வொரு கலைஞரும் உருவமாக்கும் அயராத முயற்சியினை செய்யவைப்பதே 'கலை'. அம்முயற்சியில் ஈடுபட்டிருக்கும் யோகி அவர்களுக்கு அன்பின் வாழ்த்துகள்.

பாம்பாட்டிச்சித்தன்

நிறங்களைப் பருகும் தூரிகை

ஒரு பொருள் எப்படி இருக்கிறது என்பது அதன் இயல்பில் அல்ல. மாறாக, அதை நாம் எப்படிப் பார்க்கிறோம் என்பதைப் பொறுத்தது

-யூங்

யூங்கின் இந்த வரிகளை யோகிக்கு சொல்லலாம். ஒரே பயணம், ஒரே பகுதியாயினும் ஒவ்வொருவரின் பார்வையும் வேறு என்பதுபோல யோகியின் எழுத்துகளில் அவரின் பார்வை நுட்பத்தைப் பார்க்கலாம்.

யோகியைச் சில ஆண்டுகளுக்குமுன் 'சாம்பல் பறவை' என்னும் படிமத்தைப் பயன்படுத்தி, வல்லினம் இதழில் வந்த கவிதையின் மூலம் அறிந்தேன். அதன்பின் அவரைப் பற்றி யோசித்தது இல்லை. இலங்கையில் நடந்த ஊடறு பெண்கள் சந்திப்பின்போது இருவரும் கலந்துகொண்டோம். எல்லைக் கோடுகளும் நீர்த்தடங்களும் பிரித்துவைத்திருந்த தொலைவைக் கடந்தோம்.

யோகி, மலேசிய நாட்டவர் என்றாலும் அவருடைய எழுத்துகளை உடனுக்குடன் அவரது வலைப்பூவிலும் முகநூலிலும் தொடர்ந்து வாசிக்க முடிகிறது. யோகியின் எழுத்துகள், தன் அனுபவத்தினின்று வெளிப்படுபவை. பல

சம்பவங்களை, நடைமுறையை, அலசி அசைபோட்டு எழுதுபவர். தேர்ந்த முதிர்ச்சியைக் கொண்ட எழுத்துக்காரி.

சமூகம், அரசியல், கலாச்சாரம், பயணம், உணவு, உடை எனப் பல தளங்களில் இவரது எழுத்து பயணிக்கும். குறிப்பாக, இலக்கியத்தின் மீதான ஆர்வத்தால் வாசிக்கின்ற நூல்களைக் குறித்தும் இலக்கிய ஆளுமை குறித்தும் தன் கருத்தைப் பதிவுசெய்வார். பழங்குடியின மக்களும், காடும் இவரது மூன்றாவது கண். அதுசார்ந்த விஷயங்களிலும் அவருக்கான தேடல் அதிகம். அதையும் தன் எழுத்தில் மிகச் சுவையாகப் பதிவு செய்வார்.

யோகி பத்திரிகைத் துறையில் பணியாற்றியவர். அது அவரின் மிக முக்கியமான பலம். இவரின் எழுத்துகள் மிக எளிமையாகவும் நுட்பமாகவும் அமைய இவரின் பத்திரிகை அனுபவம் பயிற்சிக்களமாக இருந்திருப்பதாகக் கருதுகிறேன்.

யோகியின் கட்டுரைகள் தொகுப்பாக வருகிறது எனக் கேட்டவுடன் மிகவும் மகிழ்ந்தேன். இவரின் 18 கட்டுரைகள் 'பெண்களுக்கு சொற்கள் அவசியமா?' என்னும் இந்நூலாகிறது. யோகியின் கட்டுரைகளை வாசிக்கையில், ரொலான் பர்த் படைப்பாளிகளை இருவகைப்படுத்திக் கூறியது நினைவுக்கு வருகிறது. அவர் கூற்றின்படி,

முதலாவது வகையினர் Ecrivacant–தாம் கற்றதை, பெற்றதை பிறருக்குக் கூடுதல் அல்லது குறைவின்றி கொண்டுபோய்ச் சேர்க்கிறவர்கள் – மொழி இவர்களுக்கு ஒரு கருவி; கட்டுரையாளர்கள், உரையாசிரியர்கள், பத்திரிகையாளர்களே இதற்கு உதாரணம். இரண்டாம் வகையினர் Ecrivain–இவர்கள் மொழியைச் செயல்படுத்தத் தெரிந்தவர்கள். லாவகமாகக் கையாளுவதில் தேர்ந்தவர்கள்; மொழியைக் கலை நேர்த்தியுடனும் தொழில்நுட்பத்துடனும் பயன்படுத்துபவர்கள்.

யோகி பத்திரிகையாளராக, முதல்வகையினராக மட்டுமல்லாமல் தன்னுடைய தொடர் எழுத்து முயற்சியால் அனுபவங்களை அதற்கேற்ற மொழியில் தரக்கூடியவராக இரண்டாம் இடத்தை நோக்கி வளர்ந்திருக்கிறார். இவருடைய கட்டுரைகள் அத்தகைய அனுபவத்தைத் தருகின்றன. மிக நுட்பமான விஷயங்களைச் சேகரிப்பது யோகிக்கு தேர்ந்த கலையாகி இருக்கிறது. காட்சிப்படுத்துதலும் விவரணையுமாக ஒரே மூச்சில் வாசிக்கச் செய்யும் எழுத்து இவருடையது.

எனக்குத் தெரிந்த மழை, தனக்கு நெருக்கமான உணர்வை எழுதுவது போல உணவுகுறித்தும் கட்டுரை எழுதுகிற யோகி, பாட்டியின் காலத்து உணவுகள் இப்போது தயாரிக்கப்படாமல் போவதை ஏக்கத்தோடு பதிவு செய்கிறார். அதேநேரம், உலக உணவுதினம் குறித்தும் ஐக்கிய நாடுகள் நிறுவனத்தில் உணவு மற்றும் வேளாண்மை அமைப்பு ஆரம்பிக்கப்பட்டது, தொடங்கி விவரிக்கிறார். தன் விருப்பம்சார்ந்து உணவுகுறித்து எழுதுபவர்

இன்னொரு கட்டுரையை சமூகத்திற்கான தேவையின் அடிப்படையை உணர்ந்து எழுதுகிறார்.

காமன் விழா மலேசியாவில் கொண்டாடப்படும் தடத்தைப்பற்றிய கட்டுரையில், காமம்குறித்து அவர்கள் நாட்டின் இருக்கும் இறுக்கத்தை விரிவாக விவரிக்கிறார். இன்னொரு கட்டுரையில், பெண்கள் ஏன் காமம் பேசத் தயங்குகிறார்கள்? எனக் கேள்வியை எழுப்பி விடை காண முயற்சிக்கிறார். பெண்கள் காமம்குறித்து பேசாமல் போவதற்கான காரணங்களைப் பட்டியலிடுகிறார். சமூகத்திலும் நட்பு வட்டத்திலும் எப்படி அணுகுகிறார்கள். எப்படியான விமர்சனம் வருகிறது என அவர் பலகோணங்களில் விவரிக்கிறார்.

ஒரே நேர்க்கோட்டுத்தன்மையில் இல்லாமல், வெவ்வேறு கோணங்களில் எழுதுவது கட்டுரையை ரசிக்கவைக்கும், யோகியின் தேடலில் இது பொருத்தமாக வருகிறது. மலேசியாவில் பெண்களின் இன்றைய சவால்களைப் பற்றிய கட்டுரையில் மலேசியாவில் இருக்கும் மும்மொழிப் பெண்களையும் ஒப்பிடுகிறார். இப்படி பதின்மவயதுச் சிறுமிகள் முதல் அனைத்துத் தரப்பினரையும் மனதில் கொண்டு ஒப்புநோக்கும் எழுத்து இவருடையது.

'இங்கே சீனப்பெண்கள் பணபலத்துடன் இருக்கிறார்கள். அவர்களுக்கான முதல் தேவையாக கல்வி இல்லை என்றாலும் (தற்போது சீனர்கள் கல்வியிலும் முன்னுக்குவருவது குறிப்பிடத்தக்கது) பொருளாதாரத்தில் அவர்களை மிஞ்ச யாரும் இல்லை என்றரீதியில் நிற்கிறார்கள். மலாய்க்கார பெண்களுக்குப் பணபலம் இல்லை என்றாலும் அரசாங்கத்தில் ஆதரவும் பூமிபுத்ரா அந்தஸ்தும் இருக்கிறது. இதில் இந்தியப் பெண்களின்நிலை பரிதாபத்திற்குரியதாக இருக்கிறது. அவர்களுக்குப் பணபலமும் இல்லை பூமிபுத்ரா அந்தஸ்தும் இல்லை.'

'அங்கு சீன மற்றும் மலாய் மாணவிகள் ஆண்களிடமும் மற்ற சமூகத்திடமும் சகஜமாக பழகக்கூடிய சூழலைக் கொண்டிருக்கிறார்கள். தமிழ்க் கலாச்சாரத்திற்கு உள்ளேயே வாழ்ந்துகொண்டிருந்த ஒரு பிற்போக்குத்தனமான சிந்தனைகொண்ட மாணவிகள் இந்தச் சூழலுக்கு வருகிறபோது அவர்களிடம் மாற்றமும் ஒரு தாக்கமும் ஏற்படுகிறது.

இந்த மாற்றமானது, இந்தியப் பெண்களுக்கு உடனே வந்துவிடுவதில்லை. தோட்டம் சார்ந்து வாழ்ந்த மக்கள் பட்டணத்திற்கு வரும்போது வேறு இனத்தவரோடு இணைந்து பழகும்போது, அவர்களைப் பார்த்து ஏற்படுத்திக்கொண்ட மாற்றம்தான் இது.'

இப்படியான ஒப்பீடுகள் பிறநாட்டினருக்கு புதுப்பார்வையையும் மலேசியாவில் உள்ள உண்மை நிலையையும் அறிந்துகொள்ள உதவுகிறது. மலேசியப் பெண்களின் போராட்டங்களைப் பற்றிய கட்டுரை அவர்களின் தொடர்ச்சியான போராட்டங்களின் உள்ளடக்கத்தைப் பேசுவதோடு

இன்னும் ஆக்கபூர்வமாக களப்பணியில் நிற்க ஆலோசனையையும் முன்வைக்கிறது.

"1930ல் மலாய்ப் பெண்கள் ஆசிரியைகள் சங்கம், மலாய் சமூகத்தின் பெண்களைப் பள்ளிகளுக்கு அனுப்புவதற்குப் போராடவேண்டியிருந்தது எனத் தெரியவருகிறது. ஆண்களான, சைட்சேக்அல் ஹடி மற்றும் ஜைனல்அபிதின் அகமத் ஆகியோர் பெண்கள் கல்வி கற்பதன் அவசியத்தை உணர்த்த முக்கியப் பங்கு வகித்தனர்.'

'சமீபகாலத்தில் மலேசியாவில் பெண்கள் அமைப்புகள் அதன் நோக்கங்களில் பரவலான விரிவாக்கத்தைக் கொண்டுள்ளன. அதில் இளம்பெண்கள், திருநங்கைகள், பாலியல்தொழில்புரியும் பெண்கள், குடியேற்றப் பெண் தொழிலாளர்கள், பூர்வகுடிப் பெண்கள் போன்றோரும் அடங்குவர்.'

'இதில் காணப்படும் பலவீனங்கள் யாதெனில், இதுபோன்ற அரசு சார்பற்ற அமைப்புகள் மத்தியவர்க்கப் பெண்களால் ஆளப்படுவதுதான். சக்திவாய்ந்த விளிம்பு நிலை பெண்கள்சார்ந்த அமைப்புகளை இன்னும் உருவாக்கவில்லை அல்லது உருவாக்க இயலவில்லை என்றுதான் சொல்வேன். அதற்கு மலேஷியா, ஒரு இஸ்லாமிய நாடாக இருப்பதாலும், 'ஹராம்' என்ற ஒற்றைச்சொல்லில் அத்தனையையும் அவர்கள் அடக்கநினைப்பதும் ஒரு காரணமாக இருக்கலாம்.'

இவரின் மும்பை, சென்னை பயண அனுபவங்கள் இத்தொகுப்பில் உள்ளன. இவை வாசகர்கள் ருசிக்க துளித் தேன்போல. ஏனெனில் இன்னும் விரிவான பயண அனுபங்களை யோகி எழுதியிருக்கிறார். இந்தியா, இலங்கை பயணம்குறித்து இவர் எழுதிய தொடர்களை வாசித்திருக்கிறேன்.

சில ஆண்டுகளாக தொடர்ந்து யோகியை வாசிக்கிறேன். அந்த அடிப்படையில் சொல்கிறேன். இவரது பயண அனுபவங்களைத் தொகுத்து தனிநூலாகக் கொண்டுவரலாம்.

ஏ,கே.செட்டியார், நெ.து.சுந்தரவடிவேலு, சாவி என வரவேற்பைப் பெற்ற பயண இலக்கியத்தின் தொடர்ச்சியில் யோகியின் பயணக் கட்டுரைகளும் அந்த இடத்தைப் பெறக்கூடியது. அதனால் பயணக் கட்டுரைகளைத் தொடர்ந்து எழுதவேண்டும் யோகி. தென்கிழக்கு ஆசிய நாடுகளைக் குறித்த பயணக் கட்டுரை என்றால் இனிவரும் காலங்களில், யோகியின் கட்டுரையே அடையாளமாக இருக்கிறது என சொல்லக்கூடிய அளவிற்கு எழுதுவதற்கான அத்தனையும் இவரிடம் உள்ளது. இனிவரும் நூல்கள் அதை நிறைவேற்றும் என ஆழமாக நினைக்கிறேன்.

பஞ்சாபைச் சேர்ந்த ஷிவ்குமார் பதால்வியின் லூனா என்னும் கவிதை நாடகத்தில்,

ஒரு பிரகாசமான

கனவைக் கண்டுகொண்டு

ஒரு அந்நியக் கனவோடு

தினமும் கூடி வாழ்ந்து

கர்ப்பத்தில் ஒரு வாழ்வோடு

மீண்டெழுந்து

இப்படித்தான்

ஒவ்வொரு லூனாவும்

என எழுதியுள்ள வரிகளைப்போல, அன்றாட வாழ்க்கையும் பொருளாதாரமும் துரத்தும் மூன்றாம் உலக நாடுகளின் வாழ்க்கையை வாழ்ந்துகொண்டு, அதற்குள்ளாக இலக்கிய உலகில் பயணிப்பது லூனாவைப்போலத்தான் அலைக்கழியும் வாழ்க்கையில் ஸ்திரமாக எழுதிவருகிறார் யோகி. யோகியின் கட்டுரைகள் வாசிப்பவர்களை ரசனைக்காரர்களாக, கேள்விகேட்பவர்களாக, பயணம் செய்யும்போது கவனிக்கத் தவறியவற்றை கவனிக்கச்செய்வதாக மாற்றும். இந்த நூலை வாசித்தல் என்பது நிறைவான அனுபவம்.

ச.விசயலட்சுமி

உள்ளே

1. மலேசியாவில் பெண்களின் இன்றைய சவால்கள் 19
2. அப்பா... 28
3. உணவு தினம் 33
4. மீனம்பாக்கம் முதல் பீச் ஸ்டேஷன் வரை 39
5. எங்கள் நாட்டில் சாதி இல்லை! 47
6. எங்கெங்கு காணினும்... 54
7. ஹென்றிக் இப்சன்: பெண்ணியத்தின் ஆரம்பம் 60
8. பெண்களுக்கு சொற்கள் அவசியமா? 73
9. எனக்குத் தெரிந்த மழை 80
10. வேரறுக்கப்படும் வாழ்க்கை... பரிதவிக்கும் பழங்குடியினர் 86
11. காமன் திருவிழா எனும் காமெடி திருவிழா 94
12. நான் உன்னை மீண்டும் சந்திப்பேன் 104
13. பெண்கள் ஏன் காமம் பேசத் தயங்குகிறார்கள்? 111
14. சேரியாக அறியப்படும் மும்பையின் நாடித்துடிப்பு 117
15. பேசப்படாத இரண்டாம் தலைமுறைப் பெண்கள் 124
16. பயிரை மேய்ந்து ஏப்பம்விடும் வேலிகள்! 129
17. பாரம்பரிய சமையல் யாருக்குச் சொந்தம் 134
18. வார்த்தைகள் தோற்குமிடத்தில் துவங்கும் துயரிசை 140

மலேசியாவில் பெண்களின் இன்றைய சவால்கள்

மலேசியாவைப் பொறுத்தவரை, இந்தியப் பெண்கள் பல சிக்கல்களுக்கு நடுவில் இருக்கிறார்கள் என்று மட்டும்தான் சொல்லத் தோன்றுகிறது. அவர்களின் வாழ்வியல் முன்னேற்றம் குறித்துப் பேசுவது என்றால் அதுவே ஒரு சிக்கலான விஷயம் என்றுதான் சொல்வேன். இங்கே சீனப் பெண்கள் பண பலத்துடன் இருக்கிறார்கள். அவர்களுக்கான முதல் தேவையாக கல்வி இல்லை என்றாலும் (தற்போது சீனர்கள் கல்வியிலும் முன்னுக்குவருவது குறிப்பிடத்தக்கது) பொருளாதாரத்தில் அவர்களை மிஞ்ச யாரும் இல்லை என்றரீதியில் நிற்கிறார்கள்.

மலாய்க்கார பெண்களுக்குப் பணபலம் இல்லை என்றாலும் அரசாங்கத்தில் ஆதரவும், பூமி புத்ரா அந்தஸ்தும் இருக்கிறது. இதில் இந்தியப் பெண்களின் நிலை பரிதாபத்திற்கு உரியதாக இருக்கிறது. அவர்களுக்குப் பணபலமும் இல்லை, பூமி புத்ரா அந்தஸ்தும் இல்லை. ஓரளவுக்கு வசதியான பெண்கள் தங்களைப் பொருளாதாரரீதியில் நிலை நிறுத்திக்கொள்கிறார்கள். இந்த நிலை, பெண்களுக்கு மட்டுமல்ல; ஆண்களுக்கும் பொருந்தும்தான். இந்தச் சூழ்நிலையிலிருந்து மீண்டு வருபவர்கள் சிலபேர்தான். அப்படிப் பார்த்தாலும் அவர்களுக்குப் பின்னால், வாழ்க்கையை அல்லது ஆசையைத் தொலைத்த யாராவது இருக்கவே செய்கிறார்கள்.

இந்நிலையில், மலேசிய நாட்டில் பெண்களின் சுதந்திரத்தை எப்படி வரையறுப்பது என்று தெரியவில்லை. முதலில் இந்தியப்

பெண்களிடத்தில், அவர்கள் சுதந்திரம் குறித்துப் பேச நேரும்போது, பெண்களே ஒரு குற்றச்சாட்டை அல்லது கருத்தை அவ்விடத்தில் முன்வைக்கின்றனர். அதாவது, பெண்களே பெண்களின் சுதந்திரத்தை தவறாகப் புரிந்துகொள்கின்றனர் என்றும், அவர்களுக்குப் பெண் சுதந்திரத்திற்கு அர்த்தம் தெரியவில்லை என்றும், இன்னும் தீர்க்கமாகச் சொல்லவேண்டுமானால், அவர்களின் அடிப்படை சுதந்திரம்கூட பெண்களாலேயே மறுக்கப்படுகிறது என்பதை ஒப்புக்கொள்ளத்தான் வேண்டும். இந்தச் சிந்தனை அவர்களிடத்தில் எப்படி வந்தது என்றால் இது, ஆண் குணத்தின் பிரதி பிம்பம் என தெளிவாகத் தெரியும். இங்கே பெண் சிந்தனை என்பது ஒரு ஆணால் கட்டமைக்கப்பட்டதாக இருக்கிறது. தந்தைவழிச் சமூகத்தில் வளரும் பெண்கள் அவர்களுக்குத் தெரியாமலே ஆணாதிக்கச் சிந்தனையை பெண்களின் சிந்தனை என நினைக்கிறார்கள் என்பதைக் காட்டிலும் நம்புகிறார்கள்.

குறிப்பாக, 12 வயதில் பருவமடைவதற்குமுன்பாகவே அதாவது, அவள் குழந்தையாக இருக்கும்போதே சக நண்பனுடன் விளையாடுவதை அவர்கள் தடைவிதிக்கிறார்கள். உளவியல்ரீதியில் பெண் குழந்தைகளுக்கு இழைக்கப்படும் கொடுமையும், வேற்றுமையும் அங்கே அவளின் தாயின்மூலமே தொடங்கிவைக்கப்படுகிறது.

என்ன அவனிடம் உனக்குப் பேச்சு? என்ன பேசினீர்கள்? உனக்குப் பெண் தோழிகளே கிடையாதா? போன்ற வார்த்தைகளை சராசரியாக எல்லா பெண் குழந்தைகளும் கடந்துவருகிறார்கள். இது ஒரு பழி வாங்கும் நடவடிக்கைதான். அவரின் தாயாரோ அல்லது யாரோ அவருக்குக் கூறியதை, இவர் சந்திக்கும் பெண் குழந்தைகளிடத்திலெல்லாம் சொல்லிப் பழி தீர்க்கிறார்.

இந்த நிலை சீன, மலாய்க்காரச் சமூகத்திலுள்ள பெண்களுக்கு மாறுபடுகிறது. அதாவது, தனது 13வது வயதில் இடைநிலைப் பள்ளிக்குப் போகக்கூடிய இந்திய மாணவிகள், முற்றிலும் வேறொரு உலகத்திற்கு அல்லது கலாச்சாரத்திற்குள் போகிறார்கள். அங்கு சீன மற்றும் மலாய் மாணவிகள் ஆண்களிடமும் மற்ற சமூகத்திடமும் சகஜமாக பழகக்கூடிய சூழலைக் கொண்டிருக்கிறார்கள். தமிழ்க் கலாச்சாரத்திற்கு உள்ளேயே வாழ்ந்துகொண்டிருந்த ஒரு பிற்போக்குத்தனமான சிந்தனைகொண்ட மாணவிகள் இந்தச் சூழலுக்கு வருகிறபோது அவர்களிடம் மாற்றமும் ஒரு தாக்கமும் ஏற்படுகிறது.

இந்த மாற்றமானது, இந்தியப் பெண்களுக்கு உடனே வந்துவிடுவதில்லை. தோட்டம் சார்ந்து வாழ்ந்த மக்கள் பட்டணத்திற்கு வரும்போது, வேறு இனத்தவரோடு இணைந்து பழகும்போது, அவர்களைப் பார்த்து ஏற்படுத்திக்கொண்ட மாற்றம்தான் இது.

மலேசியாவில் பெண்கள் அமைப்பின் வளர்ச்சி

மலேசியாவில் பெண்கள் அமைப்புகளை பல்லாண்டுகளாக பலர் தலைமையேற்று நடத்துகின்றனர். அவர்கள் பல்வேறு பின்புலங்களையும், நாட்டின் பல்லினத் தோற்றத்தையும் வெளிப்படுத்தியுள்ளனர். மலேசியப் பெண்களின் போராட்டங்களை ஒரு கழுகுப் பார்வையில் பார்க்க சாந்தா அவர்களின் ஆய்வு நமக்குக் கைகொடுக்கிறது.

மலேசிய சோசியலிசக் கட்சியைச் சேர்ந்த சாந்தா அவர்கள் கூற்றின்படி, 1930ல் மலாய்ப் பெண்கள் ஆசிரியைகள் சங்கம், மலாய் சமூகத்தின் பெண்களைப் பள்ளிகளுக்கு அனுப்புவதற்குப் போராட வேண்டியிருந்தது எனத் தெரியவருகிறது. ஆண்களான, சைட் சேக் அல் ஹடி மற்றும் ஜைனல் அபிதின் அகமத் ஆகியோர் பெண்கள் கல்விகற்பதன் அவசியத்தை உணர்த்த முக்கியப் பங்குவகித்தனர் என அவர் கூறுகிறார்.

1945ல் Women's Union என்ற பெயரில், 'பெண்கள் சங்கம்' தோற்றுவிக்கப்பட்டது. அதனைத் தொடர்ந்து, நாட்டின் மற்ற மாநிலங்களில் கிளைகள் அமைக்கப்பட்டன. அதில் சீனர்களே அதிக உறுப்பினர்களாக இருந்தனர். போருக்குப் பின்னர் அமைக்கப்பட்ட முதல் பெண்கள் அமைப்பாக அது இருந்தது. அதன் நோக்கம், இனம் சாராத, தொழில்சார்ந்த கல்வி மற்றும் அரசியல் தொடர்புடைய சங்கமாக இருக்க வேண்டும் என்பதே.

1946 - 1948 வரையில் பல்வேறு இனம்சார்ந்த பெண்கள் குழுவினர், பிரிட்டிஷ் காலனித்துவ அரசாங்கத்திற்கு எதிராக பெண்களின் தாழ்வுமனப்பான்மை தொடர்பான விசயங்களில் போர்க்கொடி தூக்கினர். இவர்களே பின்னாளில், பெண்கள் பிரிவின் தேசியவாதிகளாகவும் கம்யூனிச கட்சிகளாகவும் விளங்கி சுயமாக செயல்படத் தொடங்கினர்.

சமீபகாலத்தில், மலேசியாவில் பெண்கள் அமைப்புகள் அதன் நோக்கங்களில் பரவலான விரிவாக்கத்தைக் கொண்டுள்ளன. அதில் இளம்பெண்கள், திருநங்கைகள், பாலியல் தொழில்புரியும் பெண்கள், குடியேற்றப் பெண் தொழிலாளர்கள், பூர்வக்குடிப் பெண்கள் போன்றோரும் அடங்குவர்.

இதில் காணப்படும் பலவீனங்கள் யாதெனில், இதுபோன்ற அரசு சார்பற்ற அமைப்புகள் மத்தியவர்க்கப் பெண்களால் ஆளப்படுவதுதான். சக்திவாய்ந்த விளிம்புநிலை பெண்கள்சார்ந்த அமைப்புகளை இன்னும் உருவாக்கவில்லை அல்லது உருவாக்க இயலவில்லை என்றுதான் சொல்வேன். அதற்கு மலேசியா, ஒரு இஸ்லாமிய நாடாக இருப்பதாலும், 'ஹராம்' என்ற ஒற்றைச்சொல்லில் அத்தனையையும் அவர்கள் அடக்க நினைப்பதும் ஒரு காரணமாக இருக்கலாம்.

பெண்கள் அமைப்புகள் சுதந்திரத்திற்கு முன்புபோல் பாகுபாடற்ற நிலையில் இல்லாமல், இப்போதெல்லாம் பெண்கள்சார்ந்த எல்லா விஷயங்களிலும் கவனம் செலுத்துகின்றனர். கல்வி வாய்ப்புகள், சொத்துடைமைகளை உரிமைகொள்ளல், சுரண்டல், பாகுபாடு, வேலையிடத்தில் மற்றும் சமுதாயத்தில் தங்களுக்கு எதிரான அனைத்திலும் விழிப்புணர்வு பெறப் போராடிவருகின்றனர்.

இன்றைய பெண்கள் எதிர்நோக்கும் சவால்கள்

மலேசியாவில் பெண்களின் நிலையில் முன்னேற்றம் அறவே இல்லை எனச் சொல்லிவிட முடியாது. முன்னேற்றம் சில விஷயங்களில் இருக்கவே செய்கிறது. சாந்தா அவர்களின் ஆய்வுப்படி, நாட்டின் தொழில் ஆள் பலத்தில் 52.8 விழுக்காடு பெண்கள் இருப்பதுடன், ஆச்சரியப்படும்வகையில் உயர்கல்வி நிலையங்களில் 68 விழுக்காடு உள்ளனர். ஆனால் கலாச்சாரம், சட்டம் மற்றும் மதம் ஆகியன அவர்களுக்குப் பலவகையில் தடையாக உள்ளன.

பாலின செயல்பாடுகளில் அவர்கள் கட்டுப்பாடான மற்றும் பாதுகாப்பான ஆணாதிக்கச் சிந்தனைகளை பெண்களிடையே பிரயோகிக்கின்றனர் என்பதை மறுப்பதற்கில்லை.

பெண்களை பாகுபாட்டுடன் நடத்துவதில் சட்டங்களும், ஆண் மனப்போக்கு விவகாரங்களும், விவாகரத்து விசயங்களில் எதிர்கொள்ளும் போராட்டங்கள் பெண்களுக்கு எதிராக எத்தகைய போக்கினை கடைப்பிடிக்கின்றன என்பதை பெண்கள் உதவி அமைப்புகள் காட்டுகின்றன.

இன்று பெண்கள் வேலை செய்ய அனுமதிக்கப்பட்டாலும் பலர் தங்களது ஊதியத்தை கணவனிடம் ஒப்படைக்க கட்டாயப்படுத்தப்படும் நிலை இன்னும் இருக்கவே செய்கிறது.

சட்டங்கள் பெண்களுக்கு நியாயமாகச் செயல்படவில்லை என்ற ஒரு குற்றச்சாட்டையும் நாம் கவனத்தில்கொள்ள வேண்டியுள்ளது. அதற்கு இரு சம்பவங்களை உதாரணமாகச் சொல்லலாம்.

1. இளம் இந்தியப் பெண்ணான கலைச்செல்வி என்பவர், 2010 ஆம் ஆண்டு, தன்னை பாலியல் பலாத்காரம் செய்ய வந்தவனை தாக்கியதால் அவன் உயிரிழந்தான். இரண்டு வருடம் அந்த வழக்கு நடந்தது. கடந்த வருடம் அவள் குற்றவாளி என இரண்டு வருட சிறைத் தண்டனை நிறைவேற்றப்பட்டது. அதற்கு நீதிமன்றம் சொன்ன காரணம், உயிர் போகும் அளவுக்கு தாக்கியது குற்றம் என்பதே.

2. மதமாற்ற பிரச்சனையில் இந்திராகாந்தி எனும் பெண்ணிடமிருந்து அவளின் குழந்தை பறிக்கப்பட்டது. விவாகரத்து பிரச்சனையைப் பொறுத்தவரையில், பிள்ளைகளை யார் பாதுகாப்பில் விடுவது, பராமரிப்புச் செலவு போன்ற விஷயங்களுக்கு இன்றுவரை சரியான சட்டத்தீர்வு இல்லை.

மேலும் குடிநுழைவு, வீட்டு வன்முறை மற்றும் சொத்து ஆகியவற்றிலும் பெண்கள் வெகுவாக பாதிப்படைகிறார்கள். அதுபோன்ற சட்டங்களை மாற்றக்கோரி பிரச்சாரங்களை மேற்கொண்டதில் வருமான வரி, விநியோகச் சட்டம், பாலியல் பலாத்காரம் தொடர்பான சட்டம் போன்றவற்றில் மட்டுமே திருத்தம் செய்யப்பட்டுள்ளது. இருந்தாலும் அவை முழுமையாக மலேசியப் பெண்களுக்கு பாதுகாப்பு வழங்குகிறதா என்பது கேள்விக்குறிதான்.

அரசியல்ரீதியாக பார்த்தாலும் பெண்களுக்கான சுதந்திரம் அதில் குறைவுதான். உதாரணத்திற்கு, அண்மையில் சிலாங்கூர் மாநிலத்தில் மந்திரி பெசாரை நியமிக்கும் விசயத்தில், பி.கே.ஆர். கட்சியின் டாக்டர். வான் அஸிஸாவை மந்திரி பெசாராக பரிந்துரைக்கும் முயற்சி தோற்கடிக்கப்பட்டது. இதற்குக் கூறப்பட்ட பல காரணங்களில் ஒன்று, அவர் பெண்ணாக இருப்பதும். இந்தக் கருத்தை அம்னோவின் வழக்கறிஞரான டத்தோ முகமட் ஜஃபாரிஸாம் ஹாருன், நாட்டின் பிரபல நாளேடான News Straits Times-ல் பகிரங்கமாகக் கூறியிருந்தார். இதை உண்மையில் ஓர் இழிவான கருத்தாகவே பார்க்கிறேன்.

தென்கிழக்காசியாவில், நாடாளுமன்ற பெண்கள் பிரதிநிதித்துவத்தில் மலேசியா கடைசிக்கு இரண்டாவது இடத்தில் உள்ளது. இதுகுறித்த விரிவான தகவலை நாட்டின் முன்னணி இணையச்செய்தி வலைத்தளமான Insider வெளியிட்டிருந்தது.

Timor-Leste என்ற நாட்டில்தான் அரசியலில் பெண்களின் பங்கு 38.5 %, இந்நாடு முதல் நிலையில் இருக்கிறது. Loas 25%, இரண்டாம் நிலையில் இருக்கிறது. வியட்நாம் 24.4%, சிங்கப்பூர் 24.2 %, பிலிப்பைன்ஸ் 22.9%, கம்போடியா 20.3%, இந்தோனேசியா 18.6% மற்றும் தாய்லாந்து 15.8%. மலேசியாவில் 222 நாடாளுமன்ற சீட்டுகளில் பெண்களின் பங்கு 10.81 விழுக்காடு மட்டுமே. இது, அரசாங்க மற்றும் சட்டமியற்றும் அமைப்புகளில் பெண்களின் முடிவெடுக்கும் பிரதிநிதித்துவம் மிகவும் குறைவு என்பதை நமக்குப் படம்பிடித்துக் காட்டுகிறது.

1995ல் பெண்களின் பிரதிநிதித்துவம் 30 விழுக்காடு இலக்கைக் கொண்டிருந்தாலும், 20 ஆண்டுகளுக்குப் பிறகு அது இன்னும் சொல்லிக்கொள்ளும் அளவுக்கான அடைவுநிலைக்கு வராதது வருத்தமளிக்கிறது.

மூவினங்கள் கொண்ட மலேசியாவில், ஒவ்வொரு இனத்திற்கும் தாய்க் கட்சி உண்டு. மலாய்க்காரர்களுக்கு அம்னோ. அதில் தேசிய மகளிர் பிரிவின் அணித் தலைவி, டத்தோஸ்ரீ என்ற உயரிய பட்டத்தோடு கட்சியை வழிநடத்துகிறார். சீனர்களின் தாய்க் கட்சியான MCA-வில் தேசிய மகளிர் தலைவியான ஹெங் சீய் கிய் டத்தோ அந்தஸ்தோடு, மகளிர் குடும்பநல மேம்பாட்டு துணையமைச்சர் பதவியில், தலைவி அந்தஸ்தில் இருக்கிறார். இந்தியர்களின் தாய்க் கட்சியான ம.இ.கா -வின் தேசிய மகளிர் தலைவிக்கு எந்த அந்தஸ்தும் கிடையாது. அந்த மகளிர் பிரிவுக்கு சொந்தக் கட்சியிலிருந்து மானியம்கூட ஒதுக்குவதில்லை. அவர்கள் அரசிடம் வேண்டிதான் பெறவேண்டும். சொந்தக் கட்சியே அவர்களை இப்படி ஒதுக்கிவைத்திருக்கையில், மற்ற இனத்தவரோடு எம் பெண்களை ஒப்பிட்டுப் பார்ப்பதே எனக்குக் கூச்சமாக உள்ளது.

கடந்த மாதத்தில், பிரபல இணைய எழுத்தாளரும் விரிவுரையாளருமான ரிட்டுவான் தீ, பெண்களின் உடல்கள் வசீகரமாகவும் உணர்ச்சியைத் தூண்டும்வகையில் உள்ளது. அவர்கள் தங்கள் உடலை வெளிக்காட்டி பீற்றிக் கொள்கிறார்கள். இதுவே ஆண்களை பாலியல் இச்சைக்குத் தூண்டுகிறது. நாட்டில் நடைபெற்ற ஒரு லட்சம் பாலியல் சம்பவத்திற்கு இதுதான் காரணம் என்கிறார்.

நான் இங்கு ஒரு விஷயத்தை சுட்டிக்காட்ட விரும்புகிறேன். அதாவது, கடந்த வருடம் டில்லியில் பேருந்தில் மாணவி பலாத்காரம் சம்பவத்திலும் பெண்கள் அணியும் உடைதான் பாலியல் பிரச்சனையை தூண்டுவதாகக் கூறப்பட்டது. இதுபோன்ற பொதுப்புத்தி சார்ந்த அபிப்பிராயம் கொண்டவர்களிடத்தில் ஒரு கேள்வியைத்தான் முன்வைக்க நினைக்கிறேன். அதாவது, உலக முழுவதுமே பள்ளி மாணவர்களை பாலியல் வல்லுறவுக்கு ஈடுபடுத்துகிற சம்பவம் நிறைய பதிவாகியுள்ளன. அப்படி என்றால் பள்ளி மாணவிகளின் சீருடை எந்த அளவுக்கு கவர்ச்சியானதாக இருக்கிறது என்பதை இந்த ஆணாதிக்கச் சமூகம்தான் கூறவேண்டும். குறிப்பாக, உடைக்கும் பாலியல் தூண்டுதலுக்கும் சம்பந்தம் இருக்கிறது எனக் கூறுவது எவ்வகையான சிந்தனை வடிவம் என எனக்கு இன்னும் விளங்கவில்லை.

'ஜாய்ஸ்' சிலாங்கூர் இஸ்லாமிய சமய இலாகா, பிப்ரவரி மாத தொடக்கத்தில் வெள்ளிக்கிழமை தொழுகைக்குப்பிறகு, பெண்களை பாலியல் பலாத்கார சம்பவங்களிலிருந்து விடுபட 'அவ்ராட்' (AURAT) எனும் கட்டுப்பாடுகளை விதித்தது. அதாவது, மலாய் மொழியில் அவ்ராட் என்றால், நெருங்கிய உடற்பாகங்கள் என்றும், முஸ்லிம் பெண்கள் தங்கள் உடலை துணிகளைக் கொண்டு மறைத்துவைத்திருக்க வேண்டும் என்றும் வெளியில் காட்டுவது பாவத்திற்குரியது என்றும் கூறி வலியுறுத்தியது.

திரேசா கோக் போன்ற எதிர்க்கட்சித் தலைவிகள், தங்கள் சொந்த வாழ்க்கையில்கூட சுதந்திரமாகச் செயல்படமுடியாமல் விமர்சிக்கப்படுகிறார்கள். அதாவது, அவர்கள் மது அருந்துவதைக்கூட படம்பிடித்து மிகவும் கீழ்த்தரமாக, இழிவுபடுத்தி செய்தி வெளியிடுகிறார்கள். அரசியலிலும், சமூக இயக்கங்களிலும் ஈடுபடும் ஆண்கள் செய்யும் எந்த எதிர்மறையான விஷயமும் அங்கு கேள்வி கேட்கவோ, விமர்சிக்கவோ அல்லது கேள்வியோடு பார்க்கவோ படுவதில்லை. ஆனால், இதுபோன்ற விமர்சனங்களுக்கு பெண்கள் பதில் சொல்லவேண்டிய கட்டாயத்திற்கும் தள்ளப்படுகிறார்கள் என்பதும் இங்கு குறிப்பிடத்தக்கது.

இலக்கியரீதியில் என்று பார்த்தாலும் குறிப்பாக, மலேசியத் தமிழ் இலக்கியத்தையே கவனித்தால் பாலியல்ரீதியான, அந்தரங்கமான விஷயங்களை பகிரங்கமாக எழுதுவது எம் நாட்டுச் சூழலுக்குப் பொருந்தாது என்கின்றனர். எதன் அடிப்படையில் இந்தக் கூற்று வைக்கப்படுகிறது என்பது எனக்கு இன்னும் விளங்கவில்லை. அதையும் மீறி எழுதினால், அது கழிவறை இலக்கியம் என விமர்சிக்கப்படுகிறது அல்லது இவர்கள் ஒழுக்கமற்றவர்கள் என ஒதுக்கப்படுகிறார்கள். அதற்கு உதாரணமாக, மிக அண்மையில் விரிவுரையாளரான கிருஷ்ணன் மணியம், இப்படிக் கூறுகிறார். அதாவது, தமிழக பெண் எழுத்தாளர்களால் எழுதப்பட்டிருக்கிற கவிதைகளும் இலக்கியங்களும் மலேசிய நாட்டுச் சூழலுக்குத் தேவையில்லை எனும் கருத்தை முன்வைக்கிறார். ஆனால் தமிழ் இலக்கியப் பரப்பில் சங்க இலக்கியங்களிலிருந்து தற்போது இருக்கிற நவீன இலக்கியம் வரைக்கும் பெண் உடல்சார்ந்த விஷயங்கள் பேசப்பட்டுதான் வந்திருக்கின்றன.

ஆனால் மலேசியா போன்ற நாட்டில், ஆணாதிக்கச் சமூகத்தில் வாழ்ந்துகொண்டிப்பவர்களை தமிழ்த்துறை சார்ந்தவர் இப்படிப்பட்ட இலக்கியங்கள் வரக்கூடாது எனச் சொல்கிறார். அப்படி என்றால், இதுபோன்ற சிந்தனைகொண்ட விரிவுரையாளரோ அல்லது ஆசிரியரோ இருக்கக்கூடிய பாடசாலை கல்வி கற்கின்ற மாணவ அல்லது மாணவிகளுக்கு எம்மாதிரியான இலக்கியப் படைப்புகளை போதிக்கப்போகிறது?

தமிழை மட்டுமே ஒரு பாடமாக எடுத்து முனைவர் பட்டம் பெறும் வாய்ப்புகள்கொண்ட நாடுகள் மிகச் சொற்பம்தான். சிங்கப்பூர், அமெரிக்கா, மலேசியா, தமிழ் நாடு, இலங்கை உள்ளிட்ட நாடுகளில்தான் அதைச் செய்யமுடியும். மலேசியாவிலும் அந்த வாய்ப்பு இருக்கிறது என்றால், அந்த நாட்டின் தமிழ்த்துறையில் இருக்கும் ஒருவர் இம்மாதிரியான இலக்கியங்கள் வேண்டாம் என்று சொல்கிற பட்சத்தில், அந்தக் கல்லூரியில் படிக்கும் தமிழ் மாணவர் அல்லது மாணவிகளின் இலக்கிய அறிவு எந்தளவுக்கு விரிவடைய சாத்தியம் இருக்கிறது? இங்கு மாணவிகளுக்கு கல்வி கிடைக்கிறது. ஆனால் உண்மையான கல்வி எது என்ற கேள்வியும் எழத்தான் செய்கிறது.

மிக அண்மையில், நான் ஒரு நிகழ்ச்சிக்கு செய்தி சேகரிப்புக்காக போயிருந்தேன். அப்போது, எங்களின் இந்திய தேசியக் கட்சியின் மகளிர் தலைவி உரையாற்றினார். பெண்களுக்குப் பூ கட்ட, கேக் செய்ய, மருதாணி போட, மணி பின்ன, மணப்பெண் அலங்காரம் செய்ய பயிற்சி கொடுத்திருக்கிறோம். இனி, அவர்கள் சொந்தமாக தங்களின் வருமானத்தை ஈட்ட முடியும். இவர்கள்தான் பாரதி கண்ட புதுமைப் பெண்கள் என்றும் கூறினார். இன்னும் வீட்டு வேலைகளையே சொல்லிக் கொடுக்கும் அளவுக்குதான் எம்மினத் தலைவிகளுக்கு அறிவு இருக்கும்பட்சத்தில் பாரதியின் வரிகள் அலங்கார வரிகளாகவே உபயோகப்படுத்தப்படும் என்பதில் எனக்கு மாற்றுக்கருத்து இல்லை.

தொடர்ந்து, மலேசிய ஊடகங்கள் பெண்களின் நலனை எப்படிப் பார்க்கின்றன? பத்திரிகைகளில் அல்லது வானொலியில் அல்லது தொலைக்காட்சியில் மகளிர் அங்கமோ அல்லது பெண்கள் சிறப்பிதழ் போன்றவற்றில் மீண்டும் மீண்டும் சமையல் குறிப்பு, பெண்களுக்கான சிகையலங்காரம், கோலப்பயிற்சி இதைத்தான் தயாரித்து வழங்குகின்றனர். அதைத்தாண்டி, ஒரு பெண்ணின் தேவையைக் குறித்து பேசுவதில்லை. இம்மாதிரியான மனநிலையில்தான் மலேசிய நாட்டில் இருக்கிற ஊடகங்கள் பெண்களுக்கு ஆதரவு தருகின்றன.

தமிழ்நாட்டிலிருந்து இந்தியப் பெண்கள் புலம்பெயர்ந்து ஏறக்குறைய 200 ஆண்டுகள் ஆகிவிட்டது. அவர்களிடத்தில் ஒரு நீண்ட வரலாறு உண்டு. தொடக்க காலத்தில் இந்த மலேசிய மண்ணில் இந்திய பெண்கள் சேலை அணிந்துகொண்டுதான் வேலை செய்து வந்திருக்கிறார்கள். கால ஓட்டம் மாறுபட தோட்டத் துண்டாடலுக்குப் பிறகு அங்கிருந்து நகரத்திற்கு வரும்போது அவர்களிடத்தில் சில பாதிப்புகள் ஏற்படத்தான் செய்தது. குறிப்பாக, நகரச்சூழலோடு ஒத்துப்போக முடியாத சூழலை அவர்கள் கொண்டிருந்தார்கள். ஆனால், கால ஓட்டத்தில் மற்ற இனங்களோடு இணைந்து பழகத் தொடங்கியவுடன் அவர்களிடத்தில் ஒரு விழிப்புணர்வு உண்டாகத் தொடங்கியது. தங்களுக்கான அரசியல் உரிமை, சொத்துரிமை உள்ளிட்ட பல விஷயங்களை அவர்கள் தெரிந்துகொண்டார்கள். மலேசியாவைப் போன்று ஒரு கலவையான சமூகத்தில் வாழக்கூடிய சாதகமான விஷயமாக இது இருக்கிறது. இந்த நிலை இன்னும் வலுப்பெற வேண்டும் என்றால் தமிழ்ப் பெண்கள் தமிழ்சார்ந்த இயக்கங்களோடு மட்டுமின்றி, தேசியம் சார்ந்த இயக்கங்களில் பங்கு பெற்றால், இன்னும் அவர்களின் தரத்தில் முன்னேற்றம் ஏற்பட வாய்ப்பு உள்ளது.

ஊடறு 2015

அப்பா

அப்பாவின் கழுத்தை வளைத்துத் தொங்கியபடி, கண்களைப் பார்த்துச் சிரிக்கும் குழந்தைகள்...

அவரின் கையைப் பற்றி ஆயாசமாக நடந்துபோகும் குழந்தைகள்...

அவரின் ஒரு விரலைப்பற்றி சுற்றுமுற்றும் பார்த்து, பிறர் பார்த்துவிடுவார்கள் என்ற பயம் இருந்தும் இல்லாமலும் தன் பாவாடையைத் தூக்கி சிறுநீர் கழிக்கும் குழந்தைகள்...

இப்படியான அப்பாக்களையும் பெண் குழந்தைகளையும் பார்க்கும்போது, என் அப்பாவுக்கு முதல் குழந்தையாக, அதுவும் பெண்ணாகப் பிறந்த எனக்கு அவரின் பாசம்குறித்த கேள்விகள் பூதாகரமாக எழுந்தவண்ணமே இருக்கின்றன.

என் அப்பா, வெளிப்படையாக பாசத்தைக் காட்டாதவர். சாதிக் கட்டமைப்பை உடைத்து வெளியில் வந்து, அதன் முன்னிலையில் வாழ்ந்துகாட்ட நினைத்தவருக்கு, குழந்தைகளிடமும் அவரைச் சார்ந்து இருப்பவர்களிடமும் பாசத்தைக் காட்ட தெரியவில்லை. கண்டிப்பு மட்டுமே காட்டுவார். மதுவின் நெடிய மணத்தோடு, கோபமான அவரின் கோரமுகம்தான் எங்களின் நினைவுகளில் இருக்கிறது.

நான் பிறக்கும்போது அவருக்கு 19 வயது. அவருடைய காதல் மனைவியின் காதல் வாழ்க்கைக்கு முதன்முதலாக ஜனித்த விருட்சம் நான். கொண்டாடப்பட வேண்டிய குழந்தை இல்லையா?

2018

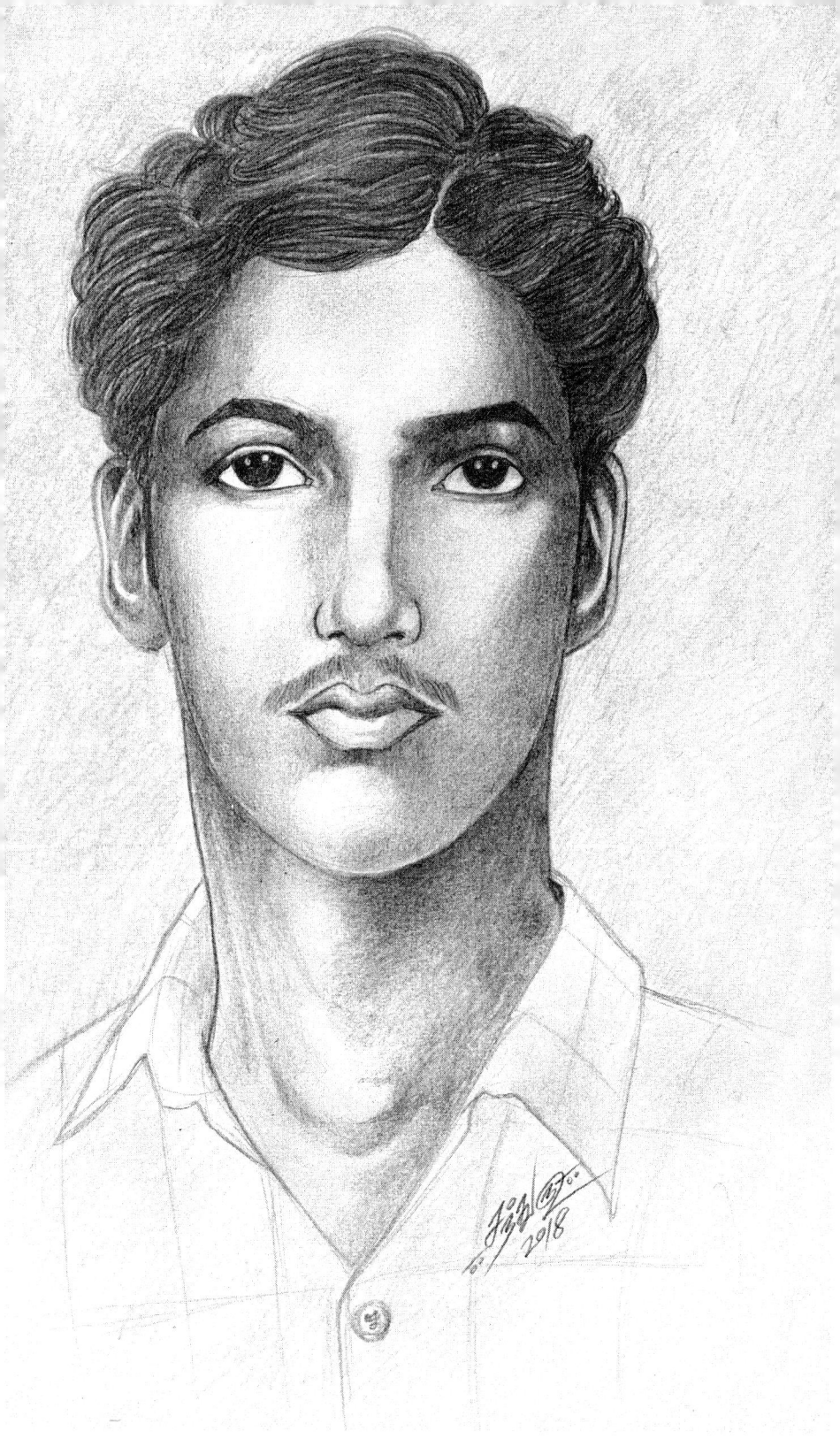

ஆனால், எனக்கு நினைவுதெரிந்த நாள் முதல் அப்பாவின் பாசத்தை நான் பார்த்ததாக நினைவில்லை. அவர் கடமை என்றும், அக்கறை என்றும் செய்த அத்தனை காரியங்களும் பாசத்தில் சேருமா என்று என்னை நானே கேட்டுக்கொண்டிருக்கிறேன்.

பள்ளித் தேர்வில் பரிசு வாங்கி, கம்பீரமாக மேடையில் நின்றபோது அவர் முகத்தைப் பார்த்திருக்கிறேன். அரசாங்கத் தேர்வில் சிறப்புத் தேர்ச்சி பெற்று, முடிவு கிடைத்த அன்று அவர் முகத்தை உற்றுப் பார்த்திருக்கிறேன்.

நான் வயதுக்கு வந்த அன்றும், அப்பாவின் முகத்தைப் பார்த்தேன்.

திருமணப் பெண்ணைப்போல அலங்காரம் செய்த அன்று அப்பாவின் காலில் முதல்முறையாக விழுந்து எழுந்தபோது, அவர் என் கையைப் பிடித்துத் தூக்கிய கணத்தில் அவரின் முகத்தைப் பார்த்திருக்கிறேன்.

என்னைப் பாடச்சொல்லி கேட்டு ரசித்த இரவுகளில், அவர் முகத்தைப் பார்த்திருக்கிறேன். அத்தனை திமிரும் அத்தனை பெருமையும் அந்த முகத்தில்.

முதல்முறை பயத்தில் பொய் சொன்ன அன்று
தேர்வில் குறைவான மதிப்பெண் வாங்கிய அன்று
வீட்டுச் சாவியை தொலைத்த அன்று
கண்ணாடிப் பாத்திரம் உடைந்த அன்று
பணத்தைத் தொலைத்த அன்று
கீழே கிடந்த அழிப்பானை எடுத்துவந்த அன்று
ஆண் நண்பர்களிடம் பொதுவில் பேசிய அன்று
அவரை எதிர்த்துப் பேசிவிட்ட அன்று
எனது முதல் காதலை கண்டுபிடித்துவிட்ட நாள் அன்று
ஜாதியைப் பற்றி திருட்டுத்தனமாகப் பேசிய அன்று.

சினம் உச்சத்தில் அமர, அப்பா எனக்குக் கொடுத்த மரண அடியிலிருந்து மீளமுடியாதவளாய் அந்த முகத்தைப் பார்த்திருக்கிறேன். இப்போது நினைத்தாலும் எனக்குள் அலுங்குபோல சுருண்டு கொள்கிறேன். உச்சி முதல் பாதம் வரை கன்றிப்போன எனது உடல் இப்போதும் வலிக்கிறது. சொந்த மகளின்மீதே அத்தனை வன்மம், ஆத்திரம். தன் வளர்ப்பு பிழையாகிவிட்டதே என்ற கடுப்பு.

அப்பா இறந்தால்தான் நமக்கு நிம்மதி என்று, கடவுளை வேண்டிக்கொண்ட காலங்களும் உண்டு. அப்பா என்பவர் ஒரு மூன்றாவது மனுஷனைப்போல் பிடிக்காத நபராகவே எனக்கு

மாறிப்போயிருந்தார். 19 வயதிற்குள் எனக்கும் அவருக்குமான பேச்சு வார்த்தை கிட்டத்தட்ட நின்றேபோயிருந்தது.

36 வயதில் அப்பா சாகும்போது எனக்கு 19 வயது. அப்பா இறந்துவிட்டார் என்று சொன்னவரை, கெட்ட வார்த்தையில் திட்டிவிட்டு ஓட்டமும் நடையுமாக வீட்டுக்கு வந்தேன். அப்பா செத்துக் கிடந்தார். மனப்பிறழ்வு வந்தவள்போல புலம்பித் தள்ளினேன். என்னையும் மீறி அழுதுகொண்டிருந்தேன். அப்பாவின் முகத்தைப் பார்த்தேன். திராணியற்றவளாக உணர்ந்தேன். நடுவீட்டில் கிடத்திய அந்த உடலைப் பார்க்க சகிக்கமுடியவில்லை. யாரோ என் காதின் உள் சம்மணமிட்டு அமர்ந்துகொண்டு நில்லாமல் அழுதுகொண்டிருந்தார்கள். அயர்ச்சியில் கண் அசந்தபோதும் அழுகையின் குரல் நிற்கவில்லை. யார் யாரிடமோ கூறிக்கொண்டிருந்தேன், யாரோ அழும் சத்தம் சன்னமாகக் கேட்கிறது நிறுத்தச் சொல்லுங்கள் என, வந்திருந்த அனைவரும் என்னை சமாதானம் மட்டுமே செய்துகொண்டிருந்தனர்.

எனக்கு நினைவு தெரிந்து, அப்பாவுக்கு முத்தம் தந்ததே இல்லை. ஜில்லிட்டு இருந்த அவர் கன்னத்தில் முத்தமிட்டேன். எனது காதலனுக்கு கொடுத்த முத்தத்தைவிட சிலிர்ப்புகூடிய முத்தம் அது. தூய்மையான, பரிசுத்தமான அந்த முத்தத்தை குழந்தையாக இருக்கும்போது அப்பாவுக்குக் கொடுத்திருக்கலாம். எனக்கு என்ன தெரியும்? ஒருவர் இருக்கும்வரை தெரியாத பாசம் அவர் இனி திரும்பவே மாட்டார் எனும்போது எப்படி வருகிறது?

நான் இறந்தபிறகு எனக்கு கொள்ளி வைக்கவேண்டியது யோகிதான் எனப் பலமுறை சொல்லியிருக்கிறார் அப்பா. என் சமூகம், அப்பாவின் ஆசையை மறுத்து, தம்பிக்கே அந்தக் கடமையைக் கொடுத்தது. அப்பாவின் நினைவு நாளோ, பிறந்த நாளோ அல்லது திருமண நாளோ எதுவும் என் நினைவுக்கு வந்ததில்லை. எதையும் கொண்டாடும் நிலையையும் கொண்டாட்ட மனநிலையையும் நான் ஏற்படுத்திக் கொள்வதில்லை.

ஒவ்வொரு தந்தையர் தினத்தின்போதும் ஏதேதோ கற்னைகள் தோன்றும். அப்பா இருந்திருந்தால் இந்த நாளை கொண்டாடுவோமா? என்ன பரிசு வாங்கி கொடுத்திருப்பேன்?

இல்லாத அப்பாவைக் குறித்து ஏதோ ஒரு சந்தர்ப்பத்தில் நினைத்துப் பார்க்கவேண்டிய கட்டாயம் தினமும் ஏற்பட்டுக் கொண்டேதான் இருக்கிறது.

கல்லறையில் உறங்கிக்கொண்டிருக்கும் அப்பா, எனக்காக காத்துக்கொண்டே இருக்கிறார். அவருக்குப் பிடித்த அந்தச் சிவப்புப்

பெட்டி சிகரெட், விரும்பிக் குடிக்கும் பீர் அல்லது ஒத்த மரத்துக் 'கள்' இப்படி, ஏதாவது வாங்கிக் கொண்டுபோய் அவரைப் பார்க்கலாம். அந்த முகத்தை எப்படி பார்க்கப்போகிறேன்?

இந்திரா காந்திக்கு நேரு நிறையக் கடிதங்கள் எழுதியிருப்பதாக வாசித்திருக்கிறேன். என் அப்பாவுக்கு நான் ஒரே ஒரு கடிதத்தை எழுதியிருக்கிறேன். அதை அவர் கண்ணில் படும்படி வைத்துவிட்டுச் சென்றுவிட்டேன். அந்தக் கடிதம்குறித்து பேசுவதாகச் சொன்னவர் தொடர்ந்து பேசவேயில்லை. அவர் மிச்சம்வைத்த அந்த உரையாடலுக்கான வார்த்தைகளை தேடிக்கொண்டே இருக்கிறேன் 16 வருடங்களாக.

2016

உணவு தினம்

மனிதன் உண்பதற்காக வாழ்கிறானா அல்லது வாழ்வதற்காக உண்கிறானா என்றொரு சந்தேகம், பலகாலமாக மக்களிடத்தில் கேள்வியாக தொங்கிக்கொண்டிருக்கிறது. ஆம். என்னைப் பொறுத்தவரையில், இரண்டும் சரிதான். காரியம் சாதிப்பவன் தன் பலத்திற்காக உணவை உண்கிறான். ஒன்றுக்கும் உதவாதவன் உடல் பலத்தைப் பெற உண்டுகொண்டே இருக்கிறான். இப்போது விஷயம் அதுவல்ல. அக்டோபர் 16, உலக உணவு தினம் உலகளவில் கொண்டாடப்பட்டது.

உலக உணவு தினம் என்றால் என்ன?

உங்களுக்கு பதில் தெரியுமா? அன்றைய தினம் விதவிதமான உணவுகளை வாங்கி உண்டு மகிழ்வதா? அல்லது பார்ட்டி, கேளிக்கைகள் என்று கூட்டாக உணவுகளை வைத்து கூட்டமாக உண்டு, கொண்டாடி மகிழ்வதா? 70% பேருக்கு உலக தினங்களைக் குறித்த பிரக்ஞை இல்லாதது அறியாமை என்று சொல்லிவிடமுடியாது. அது அறியாமையின் உச்சம். வெட்கப்படவேண்டிய விஷயம். சிலர் அர்த்தம் தெரியாமலும் ஏன், எதற்கு என்ற காரணம் புரியாமலும் இதுபோல கொண்டாட்டங்களுக்கு ஏற்பாடு செய்துவிடுகின்றனர்.

'உலக உணவு தினம்' எதற்காகக் கொண்டாட வேண்டும் என்பதை முதலில் தெரிந்துகொள்வோம். 1945ஆம் ஆண்டு, அக்டோபர் 16ஆம் தேதி ஐக்கிய நாடுகள் நிறுவனத்தில், ஐக்கிய நாடுகளின் உணவு மற்றும்

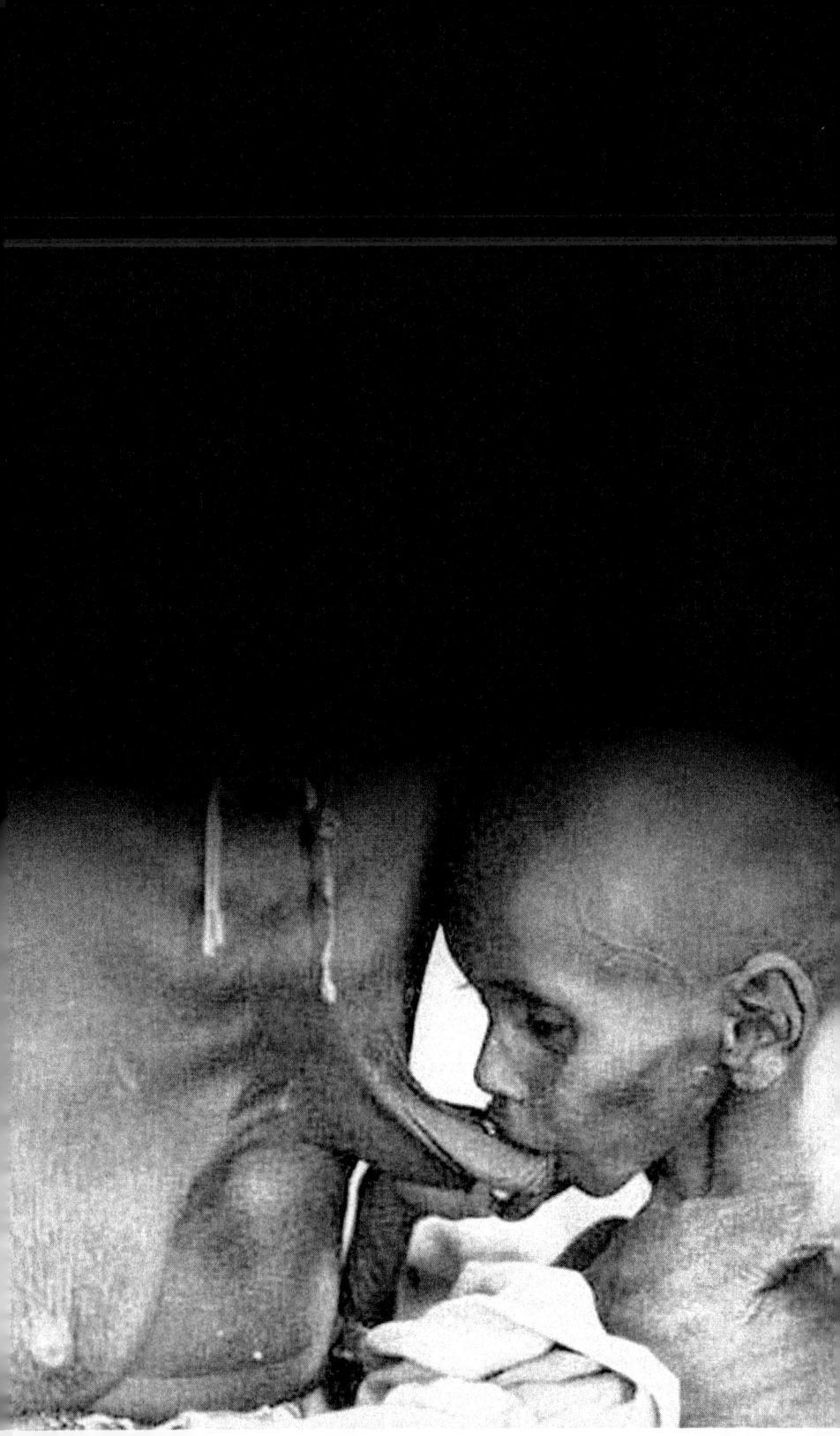

வேளாண்மை அமைப்பு ஆரம்பிக்கப்பட்டதை நினைவுகூரும்வகையில், ஐ.நா. இந்நாளை சிறப்பு நாளாக அறிவித்தது. நவம்பர் 1979ஆம் ஆண்டில் இவ்வமைப்பின் 20வது மாநாட்டில் இதற்கான அறிவிப்பு வெளியிடப்பட்டது. ஹங்கேரியின் முன்னாள் வெளிநாட்டமைச்சர் பால் ரொமனி என்பவரின் முயற்சியினால் இத்தீர்மானம் ஏகமனதாக ஏற்கப்பட்டு, தற்போது 150க்கும் அதிகமான நாடுகளில் இந்நாள் கொண்டாடப்படுகிறது. உணவு விரயமாக்குதலிலிருந்து விழிப்புணர்வு ஏற்படுத்தவே இந்த தினம் முன்னெடுக்கப்பட்டது.

வறுமை நாடுகளில் ஒருவேளைக்கு ஒரு பிடியளவு உணவுகூட கிடைக்காத நிலை உள்ளது. பசியின் கொடுமையால் மனித இறைச்சியை உண்ணும் நிலையும் சிலநாடுகளில் நடந்துள்ளதையும் இன்னும் நடந்துகொண்டிருப்பதையும் அவ்வப்போது வரும் செய்திகள் உறுதிப்படுத்துகின்றன.

2012ஆம் ஆண்டு எடுக்கப்பட்ட கணக்கெடுப்பின்படி, உலகின் 85 கோடி மக்கள் பசியாலும், ஊட்டச்சத்து குறைபாட்டாலும் பாதிக்கப்படுகின்றனர் என்று, உலக சுகாதார அமைப்பு கூறுகிறது. இவர்களில் 85 கோடி மக்கள், வளரும் நாடுகளைச் சேர்ந்தவர்கள் என்று கணக்கிடப்பட்டுள்ளது. அதோடு, பட்டினியால் ஆண்டுதோறும் வருடத்திற்கு 3 கோடியே 50 லட்சம்பேர் மரணமடைவதாகவும் புள்ளிவிவரங்கள் தெரிவிக்கின்றன. ஒவ்வொரு ஆண்டும் பட்டினி மரணங்களின் கணக்கெடுப்பு அதிகரிக்கிறதே ஒழிய, குறையவில்லை என்பதும் நிதர்சன உண்மையாகும்.

மலேசியாவைப் பொருத்தவரை உணவு விஷயத்தில் மக்களின் விழிப்புணர்வு எப்படி இருக்கிறது?

இங்கே 24 மணிநேர மாமா கடைகள், விரைவு உணவுக் கடைகள் என எந்த நேரத்தில் உணவு வேண்டும் என்றாலும் உண்பதற்கு அல்லது உணவை வாங்குவதற்குக் கடைகள் இருக்கின்றன. ஏழைகளும், பணக்காரர்களும் யாராக இருந்தாலும், உணவு விஷயத்தில் நேரம், காலம் எல்லாம் இங்கு பார்ப்பது இல்லை. சமையலுக்கான பொருள்கள் வாங்கும் கடைகளும் இங்கு 24 மணி நேரமும் இயங்குகின்றன.

2006ஆம் ஆண்டு, பிரபல எழுத்தாளர் மனுஷ்யபுத்திரன் மலேசியாவுக்கு வந்திருந்தார். சிலநாள்கள் இங்கு தங்கி நிகழ்ச்சிகளில் கலந்துகொண்டவர், கிளம்பும்போது மலேசியாவில் உணவைக் கொண்டாடுகின்றனர் என்ற வார்த்தையை உதிர்த்துவிட்டுப் போனார். கடந்தாண்டு வந்த எழுத்தாளர் ஆதவன் தீட்சண்யாவோடு, தலைநகரின் ஒரு சாலையில் நள்ளிரவு நடைப்பயணத்தை மேற்கொண்டோம். அவர் அதிசயித்த காட்சி அந்த நேரத்திலும் உணவுக்கடைகள் திறந்திருந்ததும், பகல் நேரத்தைப்போலவே பலர் உணவருந்திக் கொண்டிருந்ததுதான். குறிப்பாக, வெளிநாடுகளிலிருந்து வரும்

நண்பர்கள் கிளம்பும்போது மலேசிய உணவைக் குறித்து பேசாமல் போனதில்லை. அந்த அளவுக்கு மலேசியாவில் உணவுகள் பிரபலம். எந்த நேரத்திலும், நாம் விரும்பும் எந்த உணவையும் சில நிமிடங்களில் சுவைத்துவிடலாம்.

இங்கே உணவை பசித்து உண்பது குறைவாகவே இருக்கிறது. பொழுதுபோக்குநிலையில் தேனீர், பலகாரம் விளையாடுவதற்கு சதுரங்கம் என்ற களிப்பில் மாலைநேர தேனீர் நேரம் நகரும். அப்படியே பகல் நேரமும், இரவு நேரமும் அப்படியே, ஏன் காலை நேரம்கூட இப்படி அமைவதுண்டு. தேனீர் பலகாரங்களை உணவுப் பட்டியலில் மலேசியர்கள் சேர்த்துக்கொள்ள மறுக்கிறார்கள். அது அவர்களுக்கு நொறுக்குத் தீனி நேரம். பிறகு, உணவு நேரம் தனியாக. பசித்த வயிறு காண்பது அரிதாகிவிட்டது இங்கு. அதேநேரத்தில் நம்மளவிற்கு உலகத்தில் யாரும் உணவை விரயமாக்குகிறார்களா என்று தெரியவில்லை.

நமது நாட்டில் உணவைப்பற்றிய விழிப்புணர்வு எப்படி உள்ளது?

இதை அறிய பினாங்கு பயனீட்டாளர் சங்க செயலாளர் சுப்பாராவை தொடர்புகொண்டேன். சுப்பாராவ், கடந்த 35 ஆண்டுகளாகப் பயனீட்டாளர் சங்கத்தின்வழி பல விழிப்புணர்வுப் பிரச்சாரங்களை மேற்கொண்டு வருகிறார். அவர் பேசுகையில்...

“இந்த நாட்டில் யாரும் உணவை மதிப்பதே கிடையாது. உணவை உண்ணும்போது இறைவனுக்கும் உணவுக்கும் வணக்கம் அல்லது நன்றியைக் கூறிவிட்டு உண்பதுதான் இந்தியக் கலாச்சாரமாக இருந்தது. இன்று அந்தக் கலாச்சாரம் காணாமல் போய்விட்டது. நினைத்த நேரத்தில் உணவை உண்ணும் மலேசியர்கள், நல்ல ஆரோக்கியமான உணவைத்தான் உட்கொள்கிறார்களா? இந்தக் கேள்விக்கு யாராலும் நேர்மையாக பதில் சொல்லமுடியுமா என்று தெரியவில்லை. அவர்கள் குறைவான சத்துள்ள, அதிகமான ரசாயனமுள்ள உணவைத்தான் அன்றாடம் உண்கிறார்கள் என்ற கூற்றையும் யாராலும் மறுக்கமுடியாது. இதனாலே குழந்தைகளுக்குக்கூட உடல்பருமன் பிரச்னை தலைதூக்கியுள்ளது.

உணவு விரயமாக்குதல் நாடுகளின் கணக்கெடுப்பில் நமது நாட்டிற்கு முதலிடம் கிடைத்துள்ளது. உண்மையாக இருக்கும் என்று நினைத்துக்கொள்ள வேண்டாம். கடந்த ஆண்டு பினாங்கு பயனீட்டாளர் சங்கம் ஓர் ஆய்வினை மேற்கொண்டது. அந்த ஆய்வு நம்பமுடியாத ஒரு தகவலை நமக்குச் சொன்னது. அதாவது, மலேசியர்கள் ஒரு வருடத்தில் விரயமாக்கும் உணவில் 25 இரட்டை மாடிக் கோபுரங்களைக் கட்டலாமாம்.

பெருநாள், பண்டிகை, திருவிழா, திருமணம் போன்ற கூட்டு விழாக்களில் வழங்கப்படும் உணவை எடுப்பவர்கள் தங்கள் வயிற்றுக்குப் போதுமான உணவை எடுப்பதில்லை. அதற்கும் மேலாக, மலைபோல் தட்டில் உணவைக் குவித்துவைத்து அதை உண்ணமுடியாமல் கோழி, இரையைக் கிளறிவிடுவதுபோல் கிளறி அப்படியே வைத்துவிடுவர். இப்படித்தான் பலபேர் உணவை விரையமாக்குகின்றனர்.

மேலும் உணவு விழாக்கள் என்றபேரில் விரயமாகும் உணவுகள் மிக அதிகமாகும். குறிப்பாக, நட்சத்திர தங்கும் விடுதிகளில் பஃபே (buffet) பாணியிலான உணவுகளுக்குப் பெரிய கட்டணம் வசூலிக்கப்படுகிறது. 100 வகை உணவுகள் எனவும் விளம்பரப்படுத்தப்படுகிறது. உண்மையில், மனித வயிறு ஒருவேளை உணவில் 100 பதார்த்தங்களை ஏற்றுக்கொள்ள முடியுமா? சாதாரணமாக, ருசி பார்த்து தூக்கிவீச மலேசியர்கள் பணம் கொடுத்துச் செல்கின்றனர் என்பது வேடிக்கையாக இருக்கிறது. இந்தப் பிரச்னைக்கு ஏதாவது செய்யவேண்டும் என்ற நோக்கில்தான் உணவகங்களில் ஒரு நடைமுறையைக் கொண்டுவந்தோம். அதாவது, தேவைக்கு அதிகமான உணவை எடுத்து உண்ண முடியாமல் தூக்கி எறிந்தால் அதற்கும் பணம் வசூலிக்கும் நடைமுறையது. தற்போது இந்த நடைமுறை கோலாலம்பூர், செகமாட் மற்றும் பினாங்கு போன்ற மாநிலங்களின் சில உணவு விடுதிகளில் உள்ளன. இந்த நடைமுறை மலேசியா முழுவதும் வரவேண்டும். உணவுக்கு முக்கியத்துவம் கொடுக்கிற பண்பு மலேசியர்களிடத்தில் இருக்கவேண்டும்" என்று சுப்பாராவ் கூறினார்.

என்னிடம் சுப்பாராவ் கூறிய மற்றொரு விஷயம், உண்மையில் சிந்திக்கக்கூடியதே. அவர் சுட்டிக்காட்டியது இந்திய சினிமாவை. அதாவது, இந்திய சினிமாவில் மட்டும்தான் உணவைக் காலால் எட்டி உதைக்கிற காட்சி, சந்தையில் சண்டையிட்டு உணவுகள் நாசமாகும் காட்சியெல்லாம் வைக்கப்படுகிறது. மற்ற நாட்டு சினிமாவில் இதுபோன்ற காட்சிகளைக் காண்பது அரிது. உணவு ஒரு கேளிக்கைப் பொருளல்ல என்று சுப்பாராவ் கூறினார். சிந்தித்துப் பார்த்தால் அதிலும் உண்மை இருக்கவே செய்கிறது.

நமது நாட்டில் நமக்கு உணவு மிக எளிமையாகக் கிடைக்கிறது. பசிக்கிறது என்று சொன்னால், யாராக இருந்தாலும் உணவு வாங்கிக் கொடுக்க இங்கு தயங்குவதில்லை. பிச்சைக்காரர்கள்கூட இங்கு பசியால் வாடுவதில்லை. இந்நிலையில், உணவு பிடிக்கவில்லை என்றும், ருசியாக இல்லை என்றும் நாம் சர்வசாதாரணமாக உணவைத் தூக்கியெறிகிறோம். பிடிக்காத உணவை ஏன் உண்ண வேண்டும் என்று சட்டம் பேசுகிறோம். உணவை வீசும் அந்த நேரத்தில் இந்த உலகின் எங்கோ ஒரு மூலையில் பட்டினிச் சாவு நடக்கிறது

என்பதை நாம் மறந்துவிடுகிறோம். நாவின் ருசிக்குப் பழக்கப்பட்ட நாம், பசிக்கு ஒரு பருக்கை சோறு இல்லாதவர்களை நினைத்துப் பார்க்க தவறுகிறோம். இதனால் என்ன வந்துவிடப்போகிறது என்று இறுமாப்புக் கொள்கிறோம்.

என்னுடைய கணினி கோப்பில் சிலவருடங்களாக ஒரு புகைப்படம் உள்ளது. உடல் ஒட்டியநிலையிலும், ரத்தம் சுண்டிய நிலையிலும் இருக்கும் ஒரு சோமாலியா நாட்டைச் சேர்ந்த தாய், அவரைவிடவும் மோசமான நிலையில் இருக்கும் தன் குழந்தைக்குத் தாய்ப்பால் புகட்டுவார். அவரின் மார்பிலிருந்து காற்றுகூட வெளிப்படுமா என்று தெரியாதநிலையில் குழந்தை பால் அருந்தும். அந்தக்காட்சி மனித உள்ளத்தை உலுக்கும் திறன்வாய்ந்தது. அந்தப் புகைப்படத்தைக் கண நேரம்கூட பார்ப்பதற்கு திராணியற்றுப் போவேன் நான். அந்தப் புகைப்படத்தைக் காணும்போதெல்லாம் உணவுகுறித்த ஆர்வம் அருகதையற்றுப் பறந்தோடும் நிலை எனக்கு ஏற்படும். இந்தப் புகைப்படம் என் வசம் வந்த காலத்திலிருந்து இன்று வரை தினம் ஒருவேளை சாப்பாட்டை குறைத்துக்கொண்டேன். அதோடு, வயிறு நிறைய என்றும் சாப்பிடுவதில்லை என்ற கொள்கையையும் வைத்திருக்கிறேன். இவை எனக்கு ஆரோக்கியம் தரும் விஷயம்தானே என்று நீங்கள் கூறலாம். நீங்கள் அப்படி நினைத்துக்கொள்வதற்கு நான் என்ன சொல்லமுடியும்.

நம்நாடு 2014

மீனம்பாக்கம் முதல் பீச் ஸ்டேஷன் வரை தமிழ்நாட்டில் எனது முதல் ரயில் பயணம்

என் பயணத்தின்போது அந்தப் பெண், அந்தப் பயணப் பெட்டியில் ஏறாமலே இருந்திருக்கலாம். அதுவரை எனது பயணம் குதூகலமாகத்தான் இருந்தது. அதற்குமுன் யார் யாரோ ஏறினார்கள், கையேந்தினார்கள், பின் இறங்கினார்கள். எல்லாரும் விளிம்புநிலை அல்லது விளிம்புநிலை போர்வையை போர்த்தியவர்களாகவும் இருக்கலாம்.

இரயில் மீனம்பாக்கம் ஸ்டேஷனில் கிளம்பியபோது, "என்னை யார் என்று எண்ணி எண்ணி நீ பார்க்கிறாய்" என்று, பாடலைப்பாடி அவர் கையேந்தியபோதுதான் பார்த்தேன், அவர் கண் தெரியாதவர். அந்த முதியவரை நான் பார்த்துக் கொண்டிருப்பதை அவருடைய மனக்கண் பார்த்துவிட்டதோ என்று நினைக்கத் தோன்றியது. அவரின் குரலை ரசித்துக் கேட்டேன். கண் தெரியாதநிலையிலும் எப்படி அவர் ரயில் ஏறுகிறார்? இறங்குகிறார்? என்ற சிந்தனை வேறு ஒரு பக்கமாக ஓடிக்கொண்டிருந்தது.

மலேசியாவிலும் கண் பார்வையை இழந்தவர்கள் தினமும் பயணம் செய்கிறார்கள். அவர்கள் பேருந்து, ரயில்வண்டி என எல்லா பொதுப் போக்குவரத்துகளிலும் பயணம் செய்பவர்களாக இருந்தாலும் அவர்களுக்காக அரசாங்கம் தனி வசதிகளை முறைப்படுத்தியிருக்கிறது. இந்தியாவில் அம்மாதிரியான சலுகைகளை நான் பார்க்கவில்லை. மேலும், கூட்டத்தில் முண்டியடித்து ஏறிவிடும் அளவுக்கெல்லாம் மலேசியர்களுக்குத் திறமை போதாது.

பாடிக்கொண்டிருந்த பார்வையிழந்தவருக்காக எந்த கழிவிரக்கமும் படவில்லை. கவலையளிக்கக்கூடிய காட்சியாகவும் நான் அதை நினைக்கவில்லை.

கையேந்துகிறார்கள் என்ற ஒரு காரணத்திற்காக அவர்களை பிச்சைக்காரர்கள் எனக் கூறுவது அறமா என்ற கேள்வி பலகாலமாகவே என்னுள் இருந்துவருகிறது. பிச்சை எடுப்பதற்காக எடுக்கப்படும் முயற்சிகள் உழைப்புதானே. நலமுடன் இருக்கும் ஓர் இளைஞன் பிச்சை எடுக்கிறார் என்றால் வேலைக்குப் போய் சம்பாதிக்கலாமே என்ற கேள்வி எழுகிறது. ஆனால் உடலில் ஊனமுள்ளவர்களும், இயலாதவர்களும் அவர்களின் சுயமுயற்சியில் ரயிலேறி வந்து பயணிகளை களிப்படையச் செய்து பணம் கேட்கிறார்கள் என்றால் அந்த உழைப்பை பிச்சை என்று சொல்வதைத்தான் நான் கேவலம் என நினைக்கிறேன். அப்படி நினைப்பவர்களின் மனதுதான் பிச்சை எடுக்கப் போயிருக்கிறது என்று கூறவும் தோன்றுகிறது.

கிண்டியைத் தாண்டி நின்ற ஸ்டேஷனில் அந்த கண்தெரியாத பாடகர் இறங்கிக்கொண்டார். இம்முறை நான் பயணம்செய்த ரயில் பெட்டியில் திருநங்கை ஒருவள் ஏறினாள். நீல நூல்புடவை அணிந்திருந்தாள். நன்றாக, படிய தலைசீவி ஜடைபின்னி அதில் கொஞ்சூண்டு கனகாம்பரம் சொருகியிருந்தாள்.

கூர்முகம். குங்குமப் பொட்டில் அவளைப் பார்க்க களையாகத்தான் இருந்தது. வண்டியில் ஏறும்போதே இரு கைகளையும் தட்டித் தட்டி கையேந்திக் கொண்டிருந்தாள். அவளைப் பார்க்கும்போது அத்தனை சுத்தமாகவும் அழகாகவும் இருந்தாள். அவள் கையேந்தும்போதுதான் பிச்சையெடுக்கவே ரயிலில் ஏறியிருப்பது தெரிந்தது. நான் பயணம் செய்துகொண்டிருந்த அந்த ரயில் பெட்டியில் 30 பேருக்குமேல் பயணம் செய்துகொண்டிருந்தார்கள்.

யாரும் அவளுக்கு ஒரு பைசாவும் தரவில்லை. அதைப்பற்றிய எந்தக் கவலையும் அவளுக்கு இருப்பதாக காட்டிக் கொள்ளவுமில்லை. ரயிலின் கதவருகே நின்றுகொண்டு அவளாகவே ஏதோ முணுமுணுத்துக் கொண்டிருந்தாள். என்ன முணுமுணுக்கிறாள் என்று தெளிவாக விளங்கவில்லை. ஏதாவது பாடலாக இருக்கலாம் அல்லது வேறு ஏதாவதாகவும் இருக்கலாம். யாரும் அவளைப் பார்க்கிறார்களா என்ற அக்கறையெல்லாம் அவள் கொள்ளவில்லை.

திடீரென ஆவேசம் வந்தவள்போல் வசைகளாக கத்தத் தொடங்கினாள். எட்டிப் பார்த்தேன். கைலியை மடித்துக் கட்டிய இரு ஆண்கள் கைகொட்டிச் சிரித்துக்கொண்டிருந்தது பார்க்க

முடிந்தது. இந்தக் காட்சியிலிருந்து என்ன நடந்திருக்கும் என்பதை ஓரளவுக்கு அறியமுடிந்தது.

திருநங்கைகளுக்கும் எல்லாருக்கும் கொடுப்பதைப் போல ஒரு வேலை, நியாயமான சம்பளம், அனைத்திற்கும் மேலாக அவர்களின் சுயமரியாதையைத் தீண்டாத மரியாதை ஏன் கொடுப்பதில்லை? அவர்களை மனிதர்களாக நடத்தினால் ஏன், பிச்சை எடுக்க வருகிறார்கள்? ரயிலில் ஓர் ஓரத்தில் தரையில் அமர்ந்து பத்திரிகை வாசித்துக்கொண்டிருந்த ஆடவர் ஒருவர், அரவாணியை நிமிடத்திற்கு ஒருமுறை பார்த்து கண் தாழ்த்துவதை நான் பார்த்துவிட்டேன். அவர் மனதில் என்ன ஓடிக்கொண்டிருக்கும் என என் மனம் யோசிக்கத் தொடங்கியது. இந்த மனது நல்லதாக என்றுதான் யோசித்துள்ளது? அடுத்த நிறுத்தத்தில் திருநங்கை இறங்கிக்கொள்ள, மிட்டாய் விற்பவர் வண்டியில் ஏறினார்.

"ஒன்று ஐந்து ரூபாய்; இரண்டு பத்து ரூபாய்... கடலை மிட்டாய், கடலை மிட்டாய்" அவர், தன் பாட்டுக்கு குரலை எழுப்பிக் கொண்டிருந்தார். இரண்டு கடலை மிட்டாய்களை வாங்கி சுவைக்கத் தொடங்கினேன். என் எதிரில் அமர்ந்து கொண்டிருந்த இரண்டு குழந்தைகள் தனக்கும் மிட்டாய் வேண்டும் எனக் கேட்டு அடம்பிடிக்கத் தொடங்கினார்கள். அவர்களுக்கு முன் உட்கார்ந்திருந்த தம்பதிகள் கையோடு கொண்டுவந்திருந்த இட்லிப் பொட்டலத்தை பிரித்து சாப்பிடத் தொடங்கினர். குழந்தைகள் அடம்பிடிப்பதைப் பார்க்க ரொம்ப சங்கடமாக இருந்தது எனக்கு. எனது மிட்டாய்களை கைப்பையில் மறைத்து வைத்தேன்.

அடம்பிடித்த குழந்தைகள் அழுவதை நிறுத்திவிட்டு பவ்யமானார்கள். அப்போதுதான் பார்த்தேன், என் அருகில் அமர்ந்திருந்த ஓர் இளைஞன் அவர்களை புகைப்படம் எடுக்க முயற்சித்துக் கொண்டிருப்பது தெரிந்தது. 'கேனன்' வகை கேமரா அது. நல்ல ரகம்தான். இப்போதெல்லாம் கைத்தொலைபேசியில் புகைப்படம் எடுத்தாலே பெரிய மாடல் அளவுக்கு போஸ் கொடுக்கிறார்கள்; பெரிய கேமராவைப் பார்த்ததும் பிள்ளைகளும் தாங்கள் அழகாக படத்தில் விழவேண்டும் என்று நினைக்கும் அளவுக்கு இந்தக் காலம் மாறிவிட்டது என நினைத்துக்கொண்டேன்.

நினைப்புகள்தான் எத்தனை எத்தனை கற்பனைகளைக் கூட்டுது. அதுவும் எனக்குச் சொல்லவே வேணாம். வனத்தில் கட்டற்று ஓடும் காற்றைப்போல. இலைகளில் மோதி கிளைகளை அசைத்து தேவைப்பட்டால் மரங்களையும் அசைத்துப் பார்ப்பதைப்போல. என் சிந்தனைகளும் நினைப்புகளும் அதுவாகவே ஓடிக்கொண்டிருக்கும்.

உண்மையோ அல்லது புனைவோ என்னைச்சுற்றி நடக்கும் ஏதோ ஒன்றைப்பற்றிய சிந்தனை ஏற்படுவது ஒருவகை மனநோயா என்றும் சிந்தித்திருக்கிறேன். பிறருக்கு இப்படித் தோன்றாதா? அல்லது எனக்கு இது அதீதமாக நடக்கிறதா?

இதுகுறித்து முகநூலில் ஒரு பின்னூட்டம் போட்டால் என்ன? இரவுபோல இதுகுறித்து எழுத வேண்டும் என்று எனக்கு நானே பேசிக்கொண்டேன். அந்த இளைஞன் வளைத்து, வளைத்து குழந்தைகளை மட்டும் புகைப்படம் எடுத்துக் கொண்டிருப்பதைக் கவனித்தேன். தன் அப்பாவின்மேல் சாய்ந்தபடி ஒரு காலை தூக்கி சீட்டில் வைத்தநிலையில் அதுவரை மிட்டாய் கேட்டு அழுதுகொண்டிருந்த சிறுவன் சிரித்த முகத்தோடு போஸ் கொடுத்தான். குழந்தைகள் சிரிக்கும்போது எத்தனை அழகாக இருக்கிறார்கள். அந்தக் கறுப்பு முகம் கறுப்பு வைரம்போல ஜொலிக்கத் தொடங்கிய மர்மம் அந்த புகைப்படக்கருவியிலா உள்ளது? புகைப்படம் எடுத்த இளைஞன், தான் எடுத்த படத்தை சரிபார்த்துக் கொண்டிருந்தான். இந்த இளைஞனை ஒரு மாபெரும் கலைஞனைப் போல அங்கிருந்த பயணிகள் வேடிக்கை பார்க்கத் தொடங்கினர். அவன் தொடர்ந்து அங்கிருந்த மற்ற குழந்தைகளையும் புகைப்படம் எடுத்துக் கொண்டிருந்தான்.

கோடம்பாக்கம் நிறுத்தத்தில் வண்டி நின்றபோது பெரும் கூட்டம் வண்டியில் ஏறியது. புகைப்பட இளைஞன் மீண்டும் என் அருகில் வந்து அமர்ந்துகொண்டான். நான் அவனைப் பார்த்து புன்முறுவல் செய்தேன். சம்பிரதாயமாகச் சிரித்துவிட்டு மீண்டும் புகைப்படங்களை ஒவ்வொன்றாக பார்க்கத் தொடங்கினான். அவ்வப்போது படங்களைப் பார்த்து அவன் தானே சிரித்தும் கொண்டான். மனிதர்கள் எத்தனைவிதமான உணர்ச்சிகளை வெளிப்படுத்துகிறார்கள் என்று எண்ணிக்கொண்டேன். ஒரு அம்மா உட்கார இடமில்லாமல் கீழே சம்மணமிட்டு உட்கார்ந்தார். வெளி யிலிருந்து வந்த காற்று அவர் சேலையின் முந்தானையை பறக்கவிட, அதை இழுத்து அடக்கி மடியில் சொருகி ஏதோ சிந்தனையில் ஆழ்ந்தார். அவளுடைய சிந்தனையில் நுழைய முயற்சித்தேன். பின் வேண்டாம் எனத் திரும்பிவிட்டேன்.

இந்தப் பெண்கள் ஏன் வலுக்கட்டாயமாக சேலையையே உடுத்துகிறார்கள் என்ற கேள்வி திடீரென எழுந்தது. ஒரு டாப்ஸும், காற்சட்டையும் அணிந்துகொண்டால் அவர்களுக்கு எவ்வளவு வசதியாக இருக்கும். பல நூற்றாண்டுகளாக உடுத்திப் பழகிவிட்டார்கள். அவர்களுக்கு எந்தச் சிரமமும் தெரியப்போவது இல்லைதான். பின்கழுத்தும் முதுகுப்பகுதியும் இடையும் அதன் வழியே பார்க்கும்போது

மறைவில் இருக்கும் மார்பையும் இந்த சேலை எத்தனை எடுப்பாகக் காட்டுகிறது. சேலையில் பெண்கள் எப்பவும் அழகுதான். ஆனால் இயற்கை உபாதைகளைக் கழிக்க போகும்போதும், அவசரத்திற்கு கிளம்பும்போதும் இன்னும் பிற விவகாரங்களில் இந்த சேலை படுத்தும் பாடு இருக்கே! அதுவும் என்னைப்போல ஆடிக்கும் அமாவாசைக்கும் ஒரு சம்பிரதாயத்திற்காக சேலையை உடுத்தும் பெண்களிடம் கேட்க வேண்டும், இந்தச் சேலை படுத்தும் பாட்டை. இப்போது வண்டி நுங்கம்பாக்கத்தில் நின்றது. நான் பார்க் ஸ்டேஷனில் இறங்கவேண்டும்.

அப்போதுதான் அவள் ஏறினாள். அவள் ஏறாமல் இருந்திருந்தால் அதுதொடர்பாக இன்று இவ்வளவையும் பேசிக்கொண்டிருக்க மாட்டேன். வேண்டும் எனும் இடத்தில் எதுவும் வந்து சேர்வதில்லை. அங்கு தோல்வியே வெற்றியாக அமர்ந்துவிடுகிறது. ஆனால், போதும் என்ற இடத்தில் குவிந்துகொண்டே இருக்கிறது. அங்கே வெற்றி சிலசமயம் தோல்வியாக வரையறுக்கப்படுகிறது.

அவள்சேலையை இடுப்பில் இழுத்துச் செருகியிருந்தாள். முந்தானையை சும்மா கடமைக்காக மேலே போட்டிருந்தாள்.அழுக்கேறி யிருந்த சேலை அது. அதன் அசல் நிறம் என்னவென்றே யூகிக்க முடியவில்லை. மார்கச்சை அணியாமல் ரவிக்கை போட்டிருக்க வேண்டும். காம்பு முட்டிக்கொண்டு நின்றது. அவள் அக்குளின் வியர்வை கசிந்து ரவிக்கையை நனைத்துவிட்டிருந்தது. காலில் செருப்பு இல்லை. பரட்டையான தலையை தூக்கி முடிந்திருந்தாள். வாயில் வெற்றிலை பாக்கு போட்டிருந்தாள்போல. பற்கள் எல்லாம் சிவந்திருந்தன.

இடுப்பில் கைக்குழந்தை ஒன்றை வைத்திருந்தாள். குழந்தை அணிந்திருந்த சட்டையும் அழுக்காக இருந்தது. ஆனால் அவளுக்கும் அந்தக் குழந்தைக்கும் எந்த சம்பந்தமும் இருப்பதாகத் தெரியவில்லை. குழந்தைக்கு வெளுமையான தோல். நல்ல பொசுபொசுவென்று பஞ்சுபோல மிக அழகான பெண்குழந்தை. இன்னும் தவழும் நிலையில்கூட இல்லாத குழந்தை. காற்சட்டை அணியாமல் இடுப்புக்குக்கீழ் எந்த மறைவும் இல்லாமல், தன் குறி வெளியில் தெரிகிறதே என்ற கவலையற்ற பால்மணம் மாறாமல் விளையாடிக் கொண்டிருந்தது. இவர்களுக்குப் பின்னால் சிறுவன் ஒருவன் கூடவே வந்தான். ஏழு வயது இருக்கலாம் அவனுக்கு.

குழந்தையோடு தரையில் உட்கார்ந்தவள். தனது பையிலிருந்து ஒரு சின்ன வளையத்தை எடுத்து தூரப் போட்டாள். ரயிலே அதிர்ந்துவிழும் சத்தத்தோடு அந்த வளையம் போய் விழுந்தது. மீண்டும் பைக்குள் கைவிட்டுத் துழாவி ஒரு பாத்திரத்தை எடுத்து

கவிழ்த்துப் போட்டுக்கொண்டாள். எதையும் அவள் அமைதியாக செய்யவில்லை. எல்லாம் 'டமால்', 'டுமீல்' என, சத்தத்தோடே நடந்தது. பயணிகளை அவள் வசம் திசைதிருப்புவதற்காக அவள் மேற்கொள்ளும் யுக்தியாகக்கூட அது இருக்கலாம். சற்றும் தாமதிக்காமல் ஒரு குச்சியை எடுத்து பாத்திரத்தை பலமாக தட்டத் தொடங்கினாள். அது ராகமுமில்லாத, தாளமுமில்லாத ஒரு சத்தத்தை எழுப்பியது. நான் அந்தக் குழந்தையையே பார்த்தபடி இருந்தேன். குழந்தையிடம் எந்த மாற்றமும் இல்லை. குழந்தைக்கு பழகிய சத்தமாக அது இருக்கலாம். குழந்தையின் கண்கள் சத்தத்திற்கு ஏற்றமாதிரி தாளமிடுவதை பார்த்துக் கொண்டிருந்தேன். அதன் சின்ன இமையில் எழும் ஓசை எனக்கு மட்டும் கேட்கக்கூடியதாக இருந்தது. என்ன ரகசியம் என்று தெரியவில்லை. குழந்தையின் சின்ன உதடு அசைவதைப் பார்க்கும்போது அது ஏதோ பேசிக்கொண்டிருப்பது விளங்கியது. ஆனால் அதன் மொழி எனக்குப் புரிவதாக இல்லை.

சிறுவனைப் பார்த்து அந்தப் பெண் கட்டளையிட்டாள். அவன் எழுந்துவந்து தூக்கியெறிந்த அந்தச் சின்ன வளையத்தை தலையில் மாட்டி உடம்பை குறுக்கும்நெடுக்குமாக வளைத்து குனிந்து நிமிர்ந்து கால்வழியே வளையத்தை வெளியில் எடுத்தான். அது மேஜிக் கலைக்கு ஒப்பான ஒரு வித்தையாக இருந்தது. சிறுவன் அதை எந்த ரசனையுமில்லாமல் செய்துகொண்டிருந்தான். இப்போது மீண்டும் குழந்தையைப் பார்த்தேன். அது கை,கால்களை வேகமாக அசைத்தபடி இருந்தது. சிறுவன் ஒரு தொப்பியை அணிந்துகொண்டு அதில் நீளமாக தொங்கிக்கொண்டிருந்த மணியை தலையை ஆட்டி சுழற்றிவிட்டுக் கொண்டிருந்தான். இதைச் செய்யும்போது அவன் முகம் சிரிக்கிறதை கவனித்தேன். அவன் தலை சுற்றும்போது இந்த உலகத்தையே அவன் சுற்றவைப்பதாக நினைத்திருக்கலாம். தலையைச் சுற்றி அவன் நிற்கும்போதுகூட அவனைச் சுற்றி ஓடும் மனிதர் கூட்டத்தை அவன் ஆட்டிப் படைத்துக் கொண்டிருந்தான்.

இந்த உலகத்தையும், மனிதர்களையும், கடவுளையும் நமக்கு வேண்டியபடி சுற்றவைக்கும் கலை சிலருக்கு மட்டுமே சாத்தியப்படுகிறது. இப்போது அந்தக் கலை இந்த ஏழு வயதுச் சிறுவனுக்கு சாத்தியப் பட்டிருக்கிறது. நான் மீண்டும் குழந்தையைப் பார்த்தேன். உன்னையும் மேஜிக் செய்யப் பழகுவார்களா கண்ணே என கேட்கத் தோன்றியது. கவிழ்த்துப் போட்டு சத்தம் எழுப்பிக்கொண்டிருந்த பாத்திரத்தை ஒரு கையிலும், குழந்தையை மறுகையிலும் வாங்கிய சிறுவன் பயணிகளிடம் கையேந்தத் தொடங்கினான். இதை கண்கொள்ளா காட்சியாக புகைப்பட இளைஞன் பலகோணங்களில் புகைப்படம் எடுத்துக் கொண்டிருந்தான். குழந்தையை சிறுவன் தூக்க முடியாமல் தாங்கிக் கொண்டிருப்பது தெரிந்தது. எங்கே கீழே போட்டுவிடுவானோ என்ற பயம் சம்பந்தமில்லாமல் என்னைத் தொற்றியது.

பாத்திரத்தில் வாங்கிய சில்லரையை கீழே கொட்டிவிடக்கூடாது என்று காட்டும் அக்கறையை குழந்தையை கீழே போட்டுவிடக்கூடாது என்பதில் சிறுவன் காட்டுவதாகத் தெரியவில்லை. 200 ரூபாய் தருகிறேன், குட்டியை என்னிடம் கொடுத்துவிடுவியா என்று பரிகாசம் செய்த ஒரு ஆள், எந்தப் பைசாவும் அந்தச் சிறுவனுக்குத் தராதது எனக்கு எரிச்சலை ஏற்படுத்தியது. இவர்கள் இப்படிப் பிச்சை எடுத்தே நாளுக்கு இரண்டாயிரம் ரூபாய் சம்பாதிக்கிறார்கள் தெரியுமா என பக்கத்தில் உள்ளவரிடம் வியாக்கியானம் பேசிக்கொண்டிருந்தார் அந்த ஆள். சிறுவன் என்னிடம் வந்தான். நான் மலேசியப் பணத்தின் 10 வெள்ளியை அவன் கையில் திணித்துவிட்டு குழந்தையை வாங்கிக் கொண்டேன். அதை உச்சிமுகர்ந்தேன். கன்னத்தில் முத்தமிட்டேன். அழகி என்றேன். அதற்குள்ளாக சிறுவன் மற்றவர்களிடம் பணம் வாங்கச் சென்றுவிட்டான்.

குழந்தையை என் மார்போடு அணைத்துக்கொண்டேன். புகைப்படக்கார இளைஞன் அதை புகைப்படமெடுக்க வந்தான். வேண்டாம் எனத் தடுத்ததும் அவன் அமைதியாக உட்கார்ந்து விட்டான். நீ என்னோட வருகிறாயா கண்ணே? அம்மா உன்னை நல்லா பார்த்துக் கொள்கிறேன் என்றேன். குழந்தை என்னைப் பார்த்து சிரித்தது. மழலையில் எதை எதையோ முணுமுணுத்துவிட்டு மெல்ல எனது நெஞ்சில் சாய்ந்துகொண்டது.

எங்கள் நாட்டில் சாதி இல்லை!

மலேசியாவில் சாதி இல்லை என்று, பலர் சொல்ல நீங்கள் கேட்டிருக்கலாம். "சேச்சே... அதெல்லாம் கல்யாணத்தின்போது மட்டுந்தாங்க..." எனப் பல்லிளிக்கும் கூட்டம் இங்கு அதிகம். இன்னும் கொஞ்சம் முற்போக்காகப் பேசுகிறேன் பேர்வழிகள் "சாதியப் பற்றி பேசலைன்னா அது தன்னால ஒழிஞ்சுருங்க... நாம தமிழரா இணைஞ்சிருப்போம்" என, 'நாம் தமிழர்' சீமான்போல சீன் போடுவதுண்டு. மற்ற அனைத்தையும்விட சீமான் போன்றவர்களின் அரசியலே சாதியை வளர்க்கக்கூடியதுதான். 'தமிழர்கள்' எனும் அடையாளத்தின்கீழ் ஒன்றுசேர்வார்களாம். ஆனால் சாதிய மனம் அப்படியே அடியில் இருக்குமாம். இவர்கள் சொல்லும் தமிழர்கள் இணைப்பில் தலித்துகளோ அவர்கள் நலன்களோ காக்கப்படாததும், அவர்களுக்காக எவ்விதத்திலும் போராடாததற்கும் தருமபுரி சம்பவமே ஒரு சமீபச் சான்று. தமிழர்கள் என்ற தேசியத்தின்கீழ் தலித்துகள் இவர்கள் பட்டியலில் அடங்குவதில்லை. சமூகத்தில் ஊடுருவியுள்ள ஒரு நோய்மைகுறித்து பேசாமல் இருப்பது அதனோடு ஒத்துப்போவதற்குச் சமமானதே. இன்னும் சொல்லப்போனால் அதன் வளர்ச்சிக்கு நாம் இடதுகையால் உரம் போடுகிறோம் என்றே அர்த்தப்படும்.

மலேசியாவில் இந்த நிலை நெடுங்காலமாகவே இருந்து வருவதுதான். 'இண்டர்லோக்' நாவல் விவகாரத்தில் கொஞ்சம் சமூகத்தில் உள்ள சாதிகுறித்து பேசப்பட்டு, பின்னர் அமுங்கிப்

* **Kaum Etnik**

Konar
Padiachee
Mudaliar
Pandaram
Pathair
Naidu

Neiker
Pillay
Cinnang
Rajah

போனது. தாங்கள் ஒடுக்கப்பட்ட சாதியினர் இல்லை எனப் பிரகடனப்படுத்த, எல்லோருக்கும் அந்தச் சம்பவம் பெரும்பாதை அமைத்துக் கொடுத்தது. இப்படி, மலேசியாவில் உள்ள சாதி அமைப்பு குறித்துப் பேசுவதை ஒரு பாவமாக்கிவிடும் கூட்டம் ஒரு பக்கமும், 'தமிழர்கள்' எனும் அடையாளத்தால் ஒன்றிணைவோம். அதனால் சாதி அழியும் என கூச்சலிடும் கோமாளிகள் மறுபக்கமும் என, மலேசிய சூழல் போய்க்கொண்டிருக்க, வெளியில் உள்ளவர்களிடம், 'எங்கள் நாட்டில் சாதி இல்லை' எனச் சொல்ல வசதியாகிவிடுகின்றது.

சாதிகள் என்று ஒன்றும் இல்லை என்று, வெறும் பேச்சில் மட்டுமல்லாமல் தன் வாழ்க்கைத் துணையையும் நண்பர்களையும் மனம்போல தேடிக்கொண்டவர் என் தந்தை. ஆனால் என் அப்பாவை சார்ந்தவர்கள் அவரை ஒதுக்கிவைத்திருந்த காலகட்டத்தில்தான், மீண்டும் இணைவதற்குக் காரணமாக நானும், என் தம்பியும் பிறந்தோம். எங்கே பிள்ளைகள் தாய்வழி சமூகமாக வளர்ந்துவிடுவார்களோ என்ற அச்சத்தோடே என் அப்பாவைச் சார்ந்தவர்கள் மீண்டும் அப்பாவோடு இணையத் தொடங்கினர். அதற்கு இன்னும் வலுவான சம்பவமாக என்னுடைய பூப்பெய்திய நாள் சடங்கு நிகழ்வு அமைந்தது. அப்பாவுடன் பிறந்த என் அத்தைகள் தங்கள் உரிமையை நன்றாகவே அன்றைய தினம் நிலைநாட்டினர்.

நானும் அன்றுதான் என் அப்பாவின் குடும்பத்தாரை முழுமையாகக் கண்டேன். என் அப்பாவின் உடன்பிறப்புகளில் மூத்தவர் லெட்சுமி அத்தை. அந்தக் குடும்பத்தின் சாதிக் காப்பாளர் தலைவராகவே அவர் இருந்தார். தாய்வழிச் சமூகமாக வளர்ந்துகொண்டிருக்கும் எங்களை தந்தைவழிச் சமூகமாக மாற்றுவதற்கு எல்லா முயற்சிகளையும் அவரே மேற்கொண்டார். அதன் முதல் திட்டமாக, பள்ளி விடுமுறையில் என்னை அவர் வீட்டுக்கு அழைத்துச் சென்றுவிடுவார். எனக்கு 14 வயது இருக்கும். அத்தையின் சாதி கற்பித்தல் மிகவும் நூதனமானது; பயங்கரமானது. அதற்கு ஒரு சம்பவத்தை எடுத்துக்காட்டாகச் சொல்கிறேன்.

மிக அழகான, வசதியான, பளிங்குக்கற்கள் போட்ட, குளிர்சாதன வசதிகொண்ட சொகுசு வீடு அத்தையுடையது. 80ஆம் ஆண்டுகளில் அவர்கள் அந்த வீட்டைக் கட்டினார்கள். அது உண்மையில் பெரிய விஷயம். காரணம், வசதி படைத்த தலைவர்களும் சீனர்களும் மட்டுமே அப்படி ஒரு வீட்டை அந்தக் காலகட்டத்தில் கட்டி யிருந்தனர். (அவர்களின் அந்த வீட்டுக்கும், சொத்துக்கும் பின்புலமாக,

அவர்கள் சூரையாடிய பலரின் வாழ்வும், உழைப்பும் உள்ளதைப் பின்னாளில்தான் தெரிந்துகொண்டேன்.)

எனக்கு அந்த வீடு மிகவும் பிடிக்கும். அத்தைக்கு 3 ஆண் 1 பெண் பிள்ளைகள் இருந்தனர். அத்தை மகன்களில் ஒருவருக்கு என்மேல் விருப்பம் இருந்ததால், அதை சாதகமாக்கிக்கொள்ள சிறுவயதுப் பிள்ளை என்றும் பாராமல் எனக்கு தீவிரமாக சாதிப் பாடம் எடுத்தார். அத்தையின் விசாலமான வீட்டில் சமையலறை தனி வரவேற்பறைமாதிரி இருக்கும். வீட்டிற்கு உபயோகப்படுத்துவது அனைத்தும் சில்வர் பாத்திரங்கள்தான். வீட்டிற்கு வெளியே பின்புறத்தில் தனியாக கண்ணாடிப் பாத்திரங்கள், குவளைகள் அடுக்கிய ஒரு அடுக்கு இருந்தது. அதில் இருக்கும் பொருள்களை அத்தை உபயோகப்படுத்தவே மாட்டார். மாமா செம்பனை தோட்டங்களை குத்தகைக்கு எடுத்து, ஆட்களை வைத்து வேலை செய்துகொண்டிருந்தார்.

வேலைக்கு வராதவர்கள் காரணம் சொல்வதற்கோ, கைப்பணம் வாங்குவதற்கோ அத்தையின் வீட்டிற்கு வருவதுண்டு. வருபவர்கள் வாசலைத் தாண்டி வீட்டிற்குள் வரமாட்டார்கள். அப்படி வந்தவர்களில் ஒருவர் என்னிடம் குடிப்பதற்குக் கொஞ்சம் தண்ணீர் தரும்படி கேட்டார். நான் வீட்டிலிருந்த குவளையில் தண்ணீர் கொண்டு வந்தேன். என்னை திரும்பிப் பார்த்த அத்தை அதிர்ச்சியானார். “உள்ளே போடி நாயே” என்றார். எனக்கு அத்தை ஏன் ஏசுகிறார் என்று புரியவில்லை. “சில்வர் குவளையில் தண்ணீர் கொடுக்கிறாயே, உனக்கு அறிவு இருக்கா?” என்றார். “வாசலிலேயே உட்கார வைத்திருக்கேனே அவர்கள் பறையர்கள் என்று உனக்குத் தெரியவில்லையா?” என்று கடுமையாக வசைபாடினார். பிறகுதான் தெரிந்தது, வீட்டிற்கு வெளியே உள்ள பாத்திரங்கள் தீண்டத்தகாதவர்கள் என்று நினைப்பவர்களுக்காக அத்தை ஒதுக்கியது என்று. அந்தப் பாத்திரத்தில் உணவையோ, தண்ணீரையோ கொண்டு வரும்போது வீட்டிற்கு உள்ளிருந்து கொண்டுவரக் கூடாது. வெளிப்புறமாகவே வரவேண்டும். உபயோகப்படுத்தின பாத்திரங்களையும் வந்தவழியே கொண்டு போய்க் கழுவி, இருந்த இடத்திலேயே வைத்துவிட வேண்டும்.

அவர்கள் சென்றபிறகு, வாசலை கழுவ வேண்டும். அத்தையின் இந்த நடவடிக்கைகளை அவர்களின் குடும்பத்தினர் மிகவும் தீவிரமாகப் பின்பற்றி வருகின்றனர். நான் மட்டுமே பச்சைப் பிள்ளையாக அந்த வீட்டில் இருந்தேன். அத்தை என்னை அவரின் மருமகள் ஆக்கிக்கொள்வதற்குக் கடுமையாகப் போராடிக் கொண்டிருந்தார். ஆனால், அங்கு நடந்த ஒவ்வொரு

சம்பவமும் சாதிக்காப்பாளர் வீடுகளில் மிகச் சாதாரணமாக நடந்துகொண்டிருக்கும் என்பது அவர்களிடத்தில் போனபிறகுதான் தெரிந்தது. அதிகம் படிக்காத அப்பா, காதலினால் ஈர்க்கப்பட்டு, சாதி பார்க்காமல் திருமணம் செய்துகொண்டார் என்றுதான் நினைத்திருந்தேன். ஆனால் சிறுவயதிலிருந்தே அப்பா எல்லாரிடமும் நட்புடன் பழகியதை மாபெரும் குற்றம்போல் அத்தையும், பாட்டியும் திரும்பத் திரும்ப கூறியபோதுதான் அப்பா வேறுமாதிரி என்று உணர்ந்துகொண்டேன்.

அத்தையின் சாதிப் பிடிப்பு என்னை இரவு பகலாக ஆட்டிப் படைத்தது. ஒவ்வொரு விஷயத்திலும், சம்பவத்திலும் சாதியை நுழைப்பதில் அத்தையை மிஞ்சியவர்கள் இருப்பார்களா தெரியவில்லை. அத்தையின் இந்த நடவடிக்கையால் சொகுசான அத்தைவீடு சிறையாக மாறிவருவதை வெகுசீக்கிரமே உணர்ந்து கொண்டேன். அத்தை மகன்மேல் கொண்ட மயக்கம் எல்லாம் பயமாக மாறிப்போனது. ஒரு மாதம்கூட முழுமையாக முடியாத நிலையில், அத்தை வீட்டில் தொடர்ந்து இருந்தால் மனநல காப்பகத்திற்குச் செல்வது உறுதி என தெளிவாகத் தெரிந்தது. அதுவே நான் அத்தை வீட்டில் தங்கியது முதலும் கடைசியுமாகும். அத்தைபோல சாதித் தீவிரம் அப்பா குடும்பத்தைச் சேர்ந்த அனைவரிடத்திலும் இருந்தது. என் வயதை ஒத்த அவர்களின் பிள்ளைகள் சட்டென்று சாதிப்பெயர் சொல்லி ஒருவரை சுலபமாகத் தாக்குவதில் எந்த குற்றவுணர்ச்சியையும் கொண்டிருக்கவில்லை.

நான் தலைநகருக்கு வந்தபிறகு கம்பத்தில் உள்ளதுபோல தீவிர சாதியர்களை அவ்வளவாகக் காண முடியவில்லை. தந்தையின் மறைவிற்குப்பிறகு குடும்பத்தைக் காப்பாற்றுவதிலேயே எனது மொத்த நேரத்தையும் செலவு செய்ததால் நாட்டில் நடப்பதையும், சமூக விஷயங்களையும் கண்டுகொள்ளாமலேயே சுயநலமாக இருந்துவிட்டேன். அந்தக் குற்றவுணர்வு என் மனதின் ஓரத்தில் இன்றும் இருக்கவே செய்கிறது. குறிப்பாக, மலேசிய அரசியலைப் பற்றி தெரிந்துகொள்வதற்கு நான் விரும்பியதே இல்லை. எல்லோரும் சொல்வதுபோல, திருமணத்தில் மட்டும் சாதி பார்ப்பதாக இருந்த பேச்சையும் நம்பியதுண்டு. இவை அனைத்தும் எளிய மக்களின் சுயகருத்து மட்டும்தான் என்பதை நான் நிருபராகியபிறகு தெரிந்து கொண்டேன். அரசியலில், கோயில்களில், அரசுசாரா அமைப்புகளில் சாதியம் எவ்வாறு புகுந்து ஆட்சி செய்கிறது என்பதையும் அது மேல் மட்டத்தில் எவ்வாறு இயங்குகிறது, இயக்குகிறது என்பதையும் அறிய வாய்ப்பும் கிடைத்தது.

ஆதி.குமணன் வாழ்ந்த காலத்தில், தான் ஆசிரியராக இருந்த நாளிதழில் எவ்வளவு பணம் கொடுத்தாலும் சாதி சார்ந்த விளம்பரம் வராது என அறிவித்திருந்தார் என்பது பலரது நினைவில் இருக்கலாம். இன்று அவரது அல்லக்கை, நல்லக்கை, நொள்ளைக்கை எனச் சொல்லிக்கொள்பவர்கள், தங்கள் பத்திரிகை விற்பனைக்காக எவ்வாறான சமரசங்களில் ஈடுபடுகிறார்கள் என கொஞ்சம் நாளிதழ்களை ஆராய்ந்தாலே புரியும். வணிகத்துக்காக ஆதியின் பெயரை ஒருபக்கமும், சாதிச் சங்கங்களின் பெயரை மறுபக்கமும் பிரசுரித்து லாபம் தேடும் இவர்கள், சமூகத்துக்காகப் போராடுவதாக வர்ணிப்பதெல்லாம் தங்கள் வயிற்றுப்பாட்டுக்குத்தான். சமூகம் எனச் சொல்லிக்கொள்வதும் தங்களின் குடும்பத்தைத்தான்.

அடுத்ததாக, மலேசியத் தமிழர்களின் தாய்க்கட்சி என்று சொல்லக்கூடிய ம.இ.கா. சாதிக் கட்சிதான் என்ற கருத்தை ஆதாரங்களுடன் கட்சியில் உள்ள சிலரும், எதிர்க்கட்சியினரும் மிக வலுவாக முன்வைக்கின்றனர். அதற்கான சூடான விவாதங்கள் கடந்த ஆண்டு நடந்த ம.இ.கா. தேர்தலில் காணமுடிந்தது. பல குட்டுகள் அம்பலமானதும் அப்போதுதான். கட்சியின் தேசியத் தலைவரும் ஏதோ ஒரு மேல்தட்டு சாதியின் சங்கத்தில் முக்கிய பொறுப்பில் இருப்பதாகக் கூறப்பட்டாலும் அது வெளிப்படையாக இன்னும் நிரூபிக்கப்படவில்லை. ஆனால் பல அமைச்சர்களின் படங்கள் சாதிச் சங்கங்களின் ஆண்டு இதழ்களில் 'ஆலோசகர்', 'காப்பாளர்' என்ற அடைமொழியுடன் வருவதுதான் கொடுமை. இதைத்தவிர, இன்றைய பத்திரிகை அதிபர்களாகவும் தமிழ்ப்பள்ளி காப்பாளர்களாகவும் தங்களை பறைசாற்றிக் கொள்பவர்கள் சாதிய அடையாளங்களுடன் கூட்டங்கள் நடத்தியதை அவ்வளவு எளிதில் நாம் மறந்துவிட முடியாது.

இவை ஒருபுறம் இருக்க, அண்மையில் பத்திரிகையில் மிகவும் சூடாக விவாதிக்கப்பட்ட 'கொங்கு பிரதர்ஸ்' சம்பவம் சாதி உயர்மட்டத்தில், மலேசியாவில் எப்படி வேரூன்றியுள்ளது என்பதற்கான சான்று. ம.இ.கா-வின் முன்னாள் துணைத்தலைவரின் மகன் சுந்தர் சுப்ரமணியம்தான் அந்தப் பிரச்சினையைக் கிளப்பிவிட்டவர். கொங்கு சகோதர்கள் மிகவும் ஒற்றுமையாகச் செயல்பட வேண்டும் என்பதின் விளக்கத்தை அவர் போட்ட 'வாட்சப்' (WhatsApp) செய்தி அம்பலப்படுத்தியது. அதற்காக சுந்தர் மிகவும் கடுமையாக விமர்சிக்கப்பட்டார். உண்மையில், அவர் விமர்சிக்க மட்டுமே பட்டார் என்பதை சிறிது அழுத்திச் சொல்லவேண்டியுள்ளது.

இப்படி, பல சாதி சம்பவங்களையும் நடவடிக்கைகளையும் காணும்போது அப்படியா? அப்படியா! என்று பல அப்படியாக்களைப் போட்டு நான் அடங்கிவிட்டேன். காரணம், முன்பைவிடவும் இளம்சமூகத்தினரிடத்தில் மிகத் தீவிரமாக சாதிப்பற்று இருப்பதை கண்கூடாகக் காணமுடிகிறது.

திருமணம், கோயில், கட்சி, கூட்டம் என எங்கும் சாதி சூழ்ந்திருக்கும் இந்த நாட்டில், சாதி எதிர்ப்பாளர் அல்லது சாதிக்கு எதிரானவர் ஒவ்வொருவரையும் நான், ஒவ்வொரு பாரதியாகவே பார்க்கிறேன். அதில் முதல் பாரதியாக என் அப்பா இருப்பதில் என்றும் கர்வம்கொண்டவள் நான்.

எங்கெங்கு காணினும்

மலேசியா என்றொரு நாடு உள்ளது
தனியே அதற்கொரு குணம் உள்ளது...

இப்படிச் சொல்வதற்கு என்ன காரணம் இருக்கும் என யோசிக்கிறீர்களா? "மலேசியா எனும் சொர்க்கபுரியில் எல்லாரும் ரிங்கிட்டில் சம்பாதிக்கிறார்கள்; இந்திய ரூபாயைவிட அதற்கு மதிப்பு அதிகம்; அங்கிருக்கும் தமிழர்கள் எல்லாம் பணக்காரர்கள்; பெண்கள் எல்லாம் ரொம்ப சோஷியலாக இருப்பார்கள்; இஷ்டம்போல ஆடையணிந்து "பாரு"க்குப் போய் மது அருந்திவிட்டு கேளிக்கையில் ஈடுபடுவார்கள். இரவு, பகல் எல்லாம் அங்கு கொண்டாட்டம்தான். கருத்துச் சுதந்திரம் உள்ள நாடு. இந்தியாவிலிருந்து வேலைக்காக அங்கு போனால் சீக்கிரம் பணக்காரர் ஆகிவிடலாம். நமது வாழ்க்கையும் பளிச்சென்று பிரகாசமாகிவிடும்."

உங்களுக்குள் பதிந்திருக்கும் மலேசியாவின் பிம்பம் இதுதான் என்றால், மலேசியாவிலேயே பிறந்து வளர்ந்து மூன்றாம் தலைமுறையைச் சேர்ந்த நான், இன்னும் என் தாய் நாட்டை அப்படிப் பார்க்கவில்லை என்ற உண்மையை நீங்கள் நிச்சயமாக அறியவேண்டும். மாயையிலிருந்து கண்களை கழுவிக் கொள்ளுங்கள். நான் உங்களோடு சில உண்மைகளைப் பகிர்ந்துகொள்கிறேன். மலேசிய இந்தியப் பெண்களுக்கும்

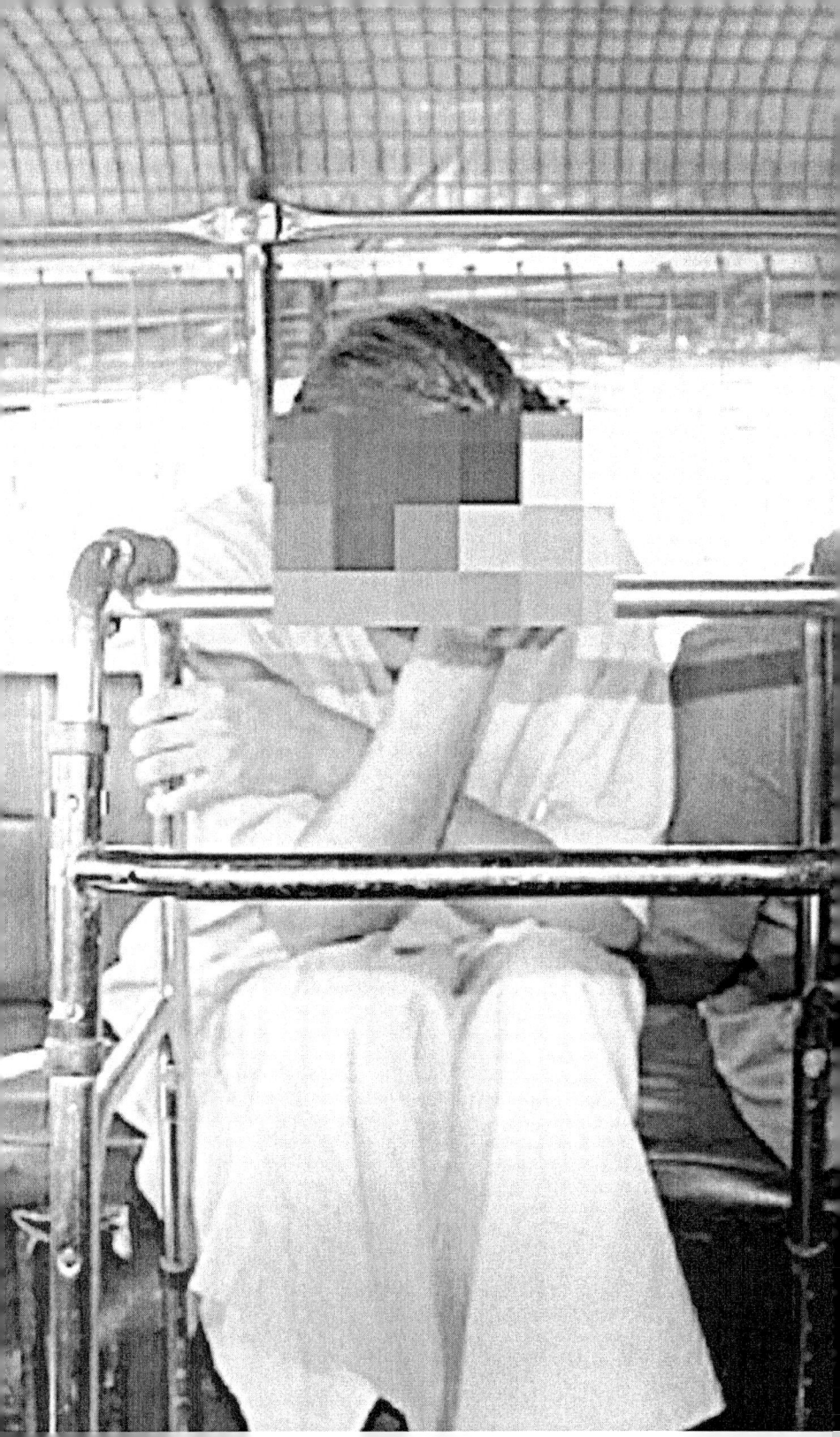

தமிழ்நாட்டு இந்தியப் பெண்களுக்கும் இங்கு பெரிய வித்தியாசம் இருப்பதில்லை. உடையிலும் அலங்காரத்திலும் வேண்டுமென்றால் சில வித்தியாசங்களைக் கூறலாம். ஆனால் சராசரி வாழ்க்கையில் எந்த வித்தியாசமும் இருப்பதில்லை.

வீட்டுப் பொறுப்பை கவனிப்பதிலிருந்து வேலைக்குப் போய் சம்பாதிப்பது வரை பெண்கள், தங்கள் உடல் உழைப்பை வழங்கினாலும் அவள் இரண்டாம் இடத்தில்தான் நிறுத்தப்பட்டிருக்கிறாள். பூ, பொட்டு, தாலி சமாச்சாரங்கள் திருமணமான பெண்ணின் அடையாளம் எனவும் அதை அணியாதவள் ஒழுக்கம்கெட்டவள் என்றும் பேசுபவர்கள் இருக்கவே செய்கிறார்கள்.

எது ஒழுக்கம் என்று இந்தச் சமுதாயத்திற்கும், எது சுதந்திரம் என்று பெண்களுக்கும் இடையே நிகழும் சில விஷயங்களைப் பார்க்கும்போது எனக்கும்கூட ஒழுக்கம் மற்றும் பெண் சுதந்திரம்மீது குழப்பங்கள் ஏற்படவே செய்கிறது. நாம் நினைப்பவை எல்லாம் சுதந்திரமும் இல்லை, சமுதாயம் கட்டமைத்து வைத்திருக்கும் அனைத்தும் ஒழுக்கமும் இல்லை என்பதே முடிவான உண்மை.

இந்நிலையில், அண்மையில் இடைநிலைப் பள்ளியில் மேற்கொள்ளப்பட்ட ஒரு திடீர் சோதனையில் அந்தப் பள்ளி ஆசிரியை ஒருவர் சொன்ன தகவல் பயங்கரமாக இருந்தது. இடைநிலைப் பள்ளி என்பது 13 வயதிலிருந்து 17-18 வயதுக்குட்பட்டவர்கள் பயிலும் கல்விச்சாலையாகும்.

மாணவி ஒருவரின் கையில் பிளேடு, கத்தியால் கீறிய காயங்கள் ஆசிரியர் பார்வையில்பட்டிருக்கிறது. அவர் சம்பந்தப்பட்ட மாணவியை விசாரிக்க, வீட்டில் பெற்றோர்கள் சம்பந்தப்பட்ட பிரச்சனையால் அந்த மாணவி மனஉளைச்சலில் தனக்குத்தானே காயம் ஏற்படுத்திக்கொண்டதாகவும், அப்படி கீறும்போது வலிக்கவில்லை எனவும் கூறியிருக்கிறார்.

அந்த மாணவிக்கு கவுன்சிலிங் கொடுப்பது மிக அவசியம் எனத் தோன்றிய ஆசிரியை மனதில் வேறொரு எண்ணமும் தோன்றியது. தனது வகுப்பறையில் இருக்கும் 32 மாணவிகளின் கைகளையும் சோதனையிட்டிருக்கிறார். பயங்கரம் என்னவென்றால் 30 மாணவியர்கள் கையில் தன்னைத்தானே கத்தியால் கீறி காயம் விளைவித்துக்கொண்ட அடையாளங்கள் இருந்திருக்கின்றன. இது ஒரு வகுப்பறைக்குள் நடந்த சம்பவம். ஒட்டுமொத்தமாக எல்லா பள்ளிகளையும் சோதனையிட்டால் கிடைக்கும் பதிவை நினைத்துக்கூட

பார்க்கமுடியவில்லை. தனக்குத்தானே காயம் விளைவித்துக் கொண்டு, ஒரு பிரச்சனையை ரத்தவாடையோடு பார்ப்பது எம்மாதிரியான மனப்பிறழ்வின் அறிகுறி எனத் தெரியவில்லை. மலேசியப் பெண்கள் குறிப்பாக, தமிழ்ப் பெண்கள் அதுவும் அடுத்த தலைமுறைப் பெண்களின் இந்த மனநிலை எம்மாதிரியான எதிர்வினையை எதிர்காலத்தில் ஏற்படுத்தும் என்ற கேள்வியை வைக்கும்போது அதற்கான பதிலையும் யூகிக்கவே முடியவில்லை.

சம்பந்தப்பட்ட மாணவிகளை விசாரிப்பதைக் காட்டிலும் அவர்களின் குடும்பப் பின்னணியை ஆராயவேண்டியதுதான் மிக முக்கியமான விஷயமாகத் தோன்றுகிறது. காரணம், ஒட்டுமொத்த உளவியல் சிக்கலும் வீட்டிலிருந்துதான் ஆரம்பிக்கிறது. அதைக் கருத்தில்கொண்டுதான் குழந்தைகளின் உலகத்தைப் பார்க்கவேண்டிய தேவையும் இருக்கிறது.

அவசர உலகத்தில் பணம் மட்டும் பிரதான ஒன்றாக ஆனபிறகு, இதுபோன்ற பிரச்சனைகள் பெற்றோர்களின் கண்களுக்குத் தெரிவதில்லை என்பதோடு, அதற்கான நேரமும் இங்கில்லை. காரணம், ஒவ்வொருவரும் ஏதோ ஒருவகையில் மனரீதியாக பாதிக்கப்பட்டவர்களாகவே இருக்கிறார்கள். உணர்ச்சிவசப்படுதல், சட்டென கோபப்படுதல் என மாறிவரும் வேளையில், மலேசியாவில் தமிழ்ப் பெண்களிடத்தில் அதிகரித்துவரும் இந்த மனநலப் பிரச்னைக்கு இன்னும் சரியான அணுகுமுறை கண்டறியப்படவில்லை என்றே தோன்றுகிறது.

இதற்கிடையில், சமீபத்தில் கிரைம் மற்றும் போதைப் பொருளுக்கு இலக்கான பெண்களின் எண்ணிக்கையும் நாட்டில் அதிகரித்திருக்கிறது.

சம்பவம் 1

2015ஆம் ஆண்டு, மலேசியாவில் தாப்பா எனுமிடத்தில் நடந்த கொடூரமான தொடர்கொலைச் சம்பவங்களில் அந்த வீட்டுத் தலைவி இரக்கமேயில்லாமல் தன் கணவருக்கு துணை புரிந்துள்ளார். 6 பேர் கொலை செய்யப்பட்டதில் ஒருவர் பெண் ஆவார். ஆட்களைக் கொன்று எரித்து, மனித இறைச்சியை நாய்களுக்குக் கொடுத்து (இந்த விவரம்குறித்து உறுதியான தகவல் ஆராயப்படுகிறது) சாம்பலை ஓடும் ஆற்றில் கொட்டி ஓர் அமானுஷ்யம்போல அந்தக் கொலைவழக்கு ஆனது. இத்தகைய கொடூரச் செயல்களில் கூட்டுமுயற்சியில் பெண் பங்கெடுத்தது அதிர்ச்சியான ஒன்று என நாளிதழ்கள் கருத்துக் கூறின.

சம்பவம் 2

*2015*ஆம் ஆண்டு, *16* வயதுப் பள்ளி மாணவி, செந்தூல் என்னுமிடத்தில் போதைப்பொருள் வைத்திருந்தபோது அகப்பட்டார். ஒரு குண்டர் கும்பலில் இணைந்திருந்த அந்தப் பெண், அவர்களின் கட்டளையின்பேரில் அதைச் செய்ததாகக் கூறினார்.

சம்பவம் 3

பள்ளி மாணவிகள் சேர்ந்து ஒருவரை அடித்துக் கொன்றனர்.

பதின்ம வயதேயான பெண் ஒருவர், வயதான பெண் ஒருவரை பகடி வதை செய்கிறார்.

சிங்கப்பூருக்கு போதைப்பொருளைக் கொண்டுபோகும்போது போலீசில் சிக்கினார், *30* வயதுக்குட்பட்ட ஒரு பெண்.

மேற்குறிப்பிட்ட இந்த சில சம்பவங்கள் அனைத்தும் தமிழ்ப் பெண்கள் ஈடுபட்ட குற்றவியல் சம்பவங்கள். தமிழ்நாட்டு சினிமாவில் காட்டும்போது சில விஷயங்களை நம்பமுடியாது. ஆனால் இச்சம்பவங்களைக் காணும்போது அவற்றை நம்பத் தோன்றுகிறது. பணத் தேவைக்காக கொலை செய்வதும், போதைப்பொருள் விற்பனையில் ஈடுபடுவதும், இன்னும் பல அறமில்லாத செயல்களை குற்றமெனத் தெரிந்தும் செய்கிறார்கள் என்றால் இந்த வாழ்க்கையின்மீது அவர்களுக்கு நம்பிக்கையில்லை என்றே தோன்றுகிறது.

நம்பிக்கையில்லாத வாழ்க்கையை எதிர்கொள்வதைவிட வேறு என்ன மனஉளைச்சல் பெண்களுக்கு பெரிதாக இருந்திட முடியும்?

மலேசிய அரசியலில் முக்கியப் பதவிகளில் இருக்கும் பெண்களே கத்திமுனையில் நின்றுகொண்டு தனக்கும் மற்றவருக்கும் காயம் ஏற்படாமல் நடந்துகொள்ளவேண்டியிருக்கிறது. காயம்படுவதாக இருந்தாலும் அது பெண்ணே ஏற்றுக்கொள்ளவேண்டிய எழுதப்படாத கட்டாயமும் இருக்கிறது.

வெறும் இரக்கத்திற்குரிய பிராணியாக பெண்களைப் பார்க்கும் கலாச்சாரம் இந்தியர்களிடத்தில் மட்டுமல்ல; சீன, மலாய் சமூகத்திலும் இருக்கிறது. ஒவ்வொரு மாதமும் மாதவிலக்கு வரும் பெண்ணால் அரசியலில் ஈடுபடமுடியாது என அரசியல்தளத்திலேயே நக்கலடித்து கிண்டல்செய்த நாடு இது. ஒரு மெழுகுவர்த்தி எரிந்து அணைவது போல அத்தனை விரைவில் இந்த விவகாரம் அணைந்தும்போனது.

பெண் உரிமை என்றெல்லாம் பேசுவதற்கு மலேசியா ஒரு சரியான நாடா என்று தோன்றவில்லை. மலாய்க்காரர்கள் மத்தியில்,

மாப்பிள்ளை வீட்டாரிடம் வரதட்சணையை கேட்டுப்பெறும் உரிமை பெண் வீட்டாருக்கு இருந்தாலும்கூட, பெண் அடுப்படிக்குரியவள் என்ற அடைமொழியை இன்னும் அச்சமூகத்தால் மாற்றமுடியாத ஒன்றாகவே இருக்கிறது.

இந்நிலையில், பெண்களுக்கு ஏற்பட்டிருக்கும் அல்லது ஏற்படும் அகம், புறம்சார்ந்த உளவியல் சிக்கல்களை சரியான முறையில் கையாளுதல் என்பது முடியாத ஒன்றாகவே இருக்கிறது. பெண்களுக்காக ஆலோசனை வழங்க தனியார் இயக்கங்களும், அரசுசார்ந்த அமைப்புகளும் இருந்தாலும்கூட இந்த விவகாரத்தை சரியாகக் கையாளமுடியாத ஒன்றாகவே இருக்கிறது.

பெண் சுதந்திரம் என்பதை தவறாகப் புரிந்துகொள்ளுதல், குடும்பச் சிக்கல், காதல் விவகாரம், பொருளாதாரப் பிரச்னை உள்ளிட்ட பல விஷயங்களில் பெண்கள் சரியான முடிவு எடுக்கமுடியாமல் அல்லது முடிவு எடுப்பதற்கு போதிய அவகாசம் இல்லாமல் ஏதாவது ஒருவகையில் பாதிப்படைகின்றனர். மலேசியாவில் இது தற்கொலை செய்துகொள்ளும் அளவுக்கு அவர்களைக் கொண்டு நிறுத்துகிறது அல்லது வன்முறையில் கொண்டுபோய்விடுகிறது என்பதுதான் கசப்பான உண்மை.

குங்குமம் 'தோழி' 2016

ஹென்ரிக் இப்சன் பெண்ணியத்தின் ஆரம்பம்

நான் வேலை செய்யும் பத்திரிகையில் 'வரலாற்றில் இன்று' பகுதியை வெளியிடும் வழக்கம் உள்ளது. அப்படியான ஒரு நாளில்தான், அந்த வரலாற்று நாயகனின் பெயரை முதன்முதலாகப் படித்தேன். அன்றைய நாளில், அவரின் பிறந்த நாளைத் தவிர வேறொன்றும் முக்கியமானதாகத் தெரியாதபடியால், எனக்கு அறிமுகமில்லாதவரின் பிறந்த நாளையே வரலாற்றில் இன்றின் முக்கியச் செய்தியாக அன்று வெளியிட்டேன்.

இந்த அந்நியமானவன், என்னைத் தேடி மீண்டும் வருவான் என்றும் அவனைக் குறித்து, நான் இன்னும் விவரமாக எழுதப் போகிறேன் என்றும் என் இரவுகளை இவன் களவாடுவான் என்றும் அப்போது எனக்குத் தெரியவில்லை. இன்னும் துல்லியமாகச் சொன்னால், 2013ஆம் ஆண்டு முதன்முதலில் படித்த அந்தப் பெயரை 2014ஆம் ஆண்டு ஒரு பேராசிரியர் மூலமாக மீண்டும் கேட்டேன்.

அவரின் பெயர் ஹென்ரிக் இப்சன். 18ஆம் நூற்றாண்டில் வாழ்ந்த மிக முக்கியமான மேடைநாடகக் கலைஞர். அத்துறையில் பன்முகம் கொண்டவர். சவால்களைச் சந்தித்தவர். மேலைநாடுகளில் ஷேக்ஸ்பியருக்கு நிகராகப் பேசப்பட்டவர். தமிழில் அவரின் வரலாறுகுறித்தும் சுயசரிதைகுறித்தும் எதுவும் தெளிவாகவோ, விரிவாகவோ இணையத்தில்கூட எழுதப்படவில்லை. தேடிய வரையில் தமிழில் இப்சனைக் குறித்து நூல்களும் இல்லை. அந்த ஒப்பற்ற கலைஞனின் ஆளுமையை நான் தெரிந்துகொள்ள அல்லது

அறிந்துகொள்ள வேண்டும் என்பதற்காக காலம், நான் பேய் வேஷம் போடுவதற்கு வகை செய்திருந்தது.

ஆம், 2014ஆம் ஆண்டு மெலாவத்தி தமிழ்ப்பள்ளியின் மேம்பாட்டு பணிக்கு, நிதி திரட்டும் நிகழ்வில் 'வல்லினம்' இலக்கியக் குழுவின் சார்ப்பில் 'பேய் வீடு' செய்யலாம் என முடிவு செய்யப்பட்டது. வல்லினம் நண்பர்கள் பேய்வேஷம் தரிப்பதற்கு மிகுந்த ஆவல் கொண்டிருந்தோம். பின் வெவ்வேறு காரணங்களால் நண்பர்கள் பங்கெடுக்கமுடியாத நிலை ஏற்பட்டது. கடைசியில், 'வல்லினம்' ஆசிரியர் ம.நவீன் இயக்கத்திலும் முயற்சியிலும் பயங்கரமான பேய் வீடு அமைக்கப்பட்டது. அதில் நான் பிரதான பேயாகவும் மற்ற பேய்களுக்கு நடுவிலும் நிறுத்தப்பட்டேன். இதற்குமுன், நான் பள்ளியில் படிக்கும் காலகட்டத்தில் மேடை நாடகங்களில் கொஞ்சம் நடித்த பழக்கம் இருந்தாலும் வேஷம் தரித்து இதுநாள்வரை நடித்ததில்லை. ஒரு கோரமான பேய் முகமூடி அணிந்தபடி, துண்டிக்கப்பட்ட நிலையில் கையில், ஒரு காலைப் பிடித்தபடி, சன்னமான ஒரு அழுகைச்சத்தம் பின்னணியில் ஒலித்தபடி, பிணப்பெட்டியின் பக்கவாட்டில் நான் அமர்ந்து கத்தினேன், மிரட்டினேன், பயமுறுத்தினேன். உள்ளே வரும் சிறுவர்களும் பெரியவர்களும் பேய் வேஷம் தரித்தவர்களின் உடல் மொழியாலும், ஆக்ரோஷ செய்கையினாலும் பயமுறுத்தப்பட்டுக் கொண்டிருந்தனர். ஏறக்குறைய 8 மணிநேரம் அந்த இருண்ட அறையில் பேயாகவே இருந்ததன் பாதிப்பு எனக்குள் வந்தது. வீட்டிற்குப் போனபிறகும் அந்த பாதிப்பிலிருந்து என்னால் வெளியில் வர முடியவில்லை.

ஒருவரை ஏமாற்றுவது, மனரீதியில் பலவீனமடையச் செய்வது பேய்களின் வெற்றியெனில் அது எனக்குப் பிடித்திருந்தது. என்னால் யாரிடமும் பேசமுடியவில்லை. கவிதையை எழுதுவதைத் தவிர அதிலிருந்து மீளமுடியாது என நினைத்தேன். கவிதை தானாக அதன் வரிகளை வரைந்துகொண்டது இப்படி...

'பேய் வேஷம் போட்டவள்

நேற்று நான் பேய் வேஷம் தரித்திருந்தேன்
ஒரு கால் இழந்து...
இழந்த காலை
கையில் ஏந்திக்கொண்டு
கோரமான அருவருப்பான பேயாக
நான் இருந்தேன்
தொண்டை கிழிய

பேயாகி கத்தியதில்
பலர் பயந்தனர்,
பலர் நகைத்தனர்
பலர் பயப்படாததைப்போல் நடித்தனர்

தொடர்ந்து சில மணி நேரத்திற்கு
பேயாக இருந்ததில்
எனக்கு பேயின் தன்மைகள்
இயல்பாக புரியத் தொடங்கின

பேய் காரணமில்லாமல்
ஒருவரை பயமுறுத்துகிறது
பேய் இருட்டையே விரும்புகிறது
பேய் சிறுவர்களையே
அதிகம் கலக்கமடையச் செய்கிறது
முக்கியமாக பேய் வேஷம் தரித்து
பேயாட்டம் ஆடுகிறது

- **யோகி**

இந்தக் கவிதையை எழுதியபிறகுதான் என்னில் பாரம் குறைந்தது. முகநூலில் பதிவேற்றம் செய்துவிட்டு இயல்புநிலைக்குத் திரும்பிக் கொண்டிருந்தேன்.

ஒரு குறுஞ்செய்தி எனக்கு வந்தது...
'நேற்று நான் பேய் வேஷம் தரித்திருந்தேன்.
பொம்மை வீட்டுப் பேய் வேஷம் அல்ல;
அவள் அழகி; பேரழகுப் பெண் பேய்.
என் வேஷம் எதிர்மாறானது.
ஒரு கால் இழந்து... இழந்த காலை கையில் ஏந்திக்கொண்டு
நீண்டு அலையும் கருங்கூந்தலுடன்
கோரமான அருவருப்பான பேயாக
கால் தரையில் பாவ நான் இருந்தேன்
தொண்டை கிழியப் பேயாகிக் கத்தியதில்
பலர் பயந்தனர்;
பலர் பயப்படாததைப்போல் நடித்தனர்

பலர் நகைத்தனர். பலர் நகர்ந்து தப்பித்தனர்.
சில மணிநேரம் பேயாக இருந்ததில்
பேயின் தன்மைகள் புரியத்தொடங்கின
இயல்பான பேயாகிக் கொண்டேன் .
பேய் காரணமில்லாமல் ஒருவரை பயமுறுத்துகிறது
பேய் இருட்டையே விரும்புகிறது
பேய் சிறுவர்களையே அதிகம் கலக்கமடையச் செய்கிறது;
பல நேரங்களில் பெண்களையும் பிடித்துக் கொள்கிறது
முக்கியமாகப் பேய் வேஷம் தரித்து பேயாட்டம் ஆடுகிறது'

"நல்ல கவிதை, இப்படி எடிட் செய்தால் சிறப்பாக இருக்கும் என்று நினைக்கிறேன்."

குறுஞ்செய்தி அனுப்பியவர் நான் முக்கிய எழுத்தாளராக மதிக்கும் ஒரு பேராசிரியர். அப்போது அவருடனான நட்புக்கு வயது 1 மாதம்தான் இருக்கும். அவர் கவிதையை எடிட் செய்து அனுப்பியதும் என்னசொல்வது என்றே தெரியவில்லை. எனது கேள்வி எல்லாம் 'பொம்மை வீட்டுப் பேய் வேஷம் அல்ல' என்று மாற்றியிருந்த வரிகளிலே தொங்கிக்கொண்டிருந்தது. அவருக்கு எவ்வித பதிலும் அனுப்பாமல் உறங்கிப்போனேன்.

விடிந்ததும் அவருக்கு ஒரு குறுஞ்செய்தி அனுப்பினேன். நீங்கள் எடிட் செய்த கவிதை சிறப்பாக இருக்கிறது. ஆனால் அது யோகியின் கவிதையாக இருக்கவில்லை. ஆனால் பொம்மை வீட்டுப் பேய் வேஷம் அல்ல என்ற வரியை ஏன் சேர்த்தீர்கள் என்பதற்கு விளக்கம் வேண்டும் என்று கேட்டிருந்தேன்.

அங்குதான் எனக்கும் ஹென்ரிக் இப்சனுக்குமான உறவு மீண்டும் புதுப்பிக்கப்பட்டது.

பேராசிரியர் சொன்னார்: "பொம்மை வீடு - இப்சன் எழுதிய முக்கியமான நாடகம். அதுதான் பெண்ணியத்தின் ஆரம்பம் என்றுகூடச் சொல்வார்கள். அவரே பேய்கள் என்றொரு நாடகத்தையும் எழுதியிருக்கிறார். கணவனை விட்டு, குடும்பத்தை விட்டுவிட்டு வெளியேறுவாள் அதன் நாயகி. போகும்போது பின் காலால் கதவை எத்திவிட்டுப் போவாள். கதவு ஆடிக்கொண்டே இருக்கும். நாடகம் அப்படியே நிறைவடையும்

அந்தக் கதவு ஐரோப்பாவில் இன்னும் நிற்கவில்லை என்று விமரிசகர்கள் சொல்வார்கள். நிற்கவில்லை என்று மட்டுமல்ல; நிற்கவே இல்லை என்று நம்புகிறார்கள். அதுதான் ஐரோப்பியப் பெண்களுக்கு விவாகரத்து உரிமையை வாங்கிக் கொடுத்தது என்பது வரலாறு,

உணர்த்தும் கலையின் சாத்தியமும்" என்றார். (கலந்துரையாடல், 24 நவம்பர் 2014)

எனக்குள் இப்சன், மெல்ல இம்சிக்கத் தொடங்கினான். அவனின் அந்தப் 'பேய்' நாடகம் எப்படி இருக்கும்? 'பொம்மை வீடு' என்ற நாடகம்தான் பெண்ணியத்தின் ஆரம்பம் என்று சொல்லப்பட்டால் அந்த நாடகத்தின் வீரியம் எப்படி இருக்கும்? இப்சன் என்ற கலைஞன் எப்படி விமர்சிக்கப்பட்டிருப்பான்? போன்ற கேள்விகள் என்னில் எழுந்துகொண்டேயிருந்தன. ஒரு வாரம் கழித்து மீண்டும் பேராசிரியரைத் தொடர்பு கொண்டேன். "இப்சன் குறித்து இணையத்தில் தேடிக் களைத்துவிட்டேன். அவரின் பிறந்தநாள் குறிப்பு தவிர, தமிழ் மொழியில் விக்கிபீடியாவில்கூட ஒன்றும் இல்லையே. அவரைத் தமிழில் படிப்பதற்கு வாய்ப்புக் கிடைக்காதா?" என்றேன். தமிழில் படிப்பதற்கு இணையத்தில் தேடுதல் கஷ்டம்தான் என்றார். ஆனால், ஆங்கிலத்தில் பதிவுகள் குவிந்து கிடக்குமே என்றார். என் ஆங்கிலப் புலமையை நினைத்துச் சிரித்துக்கொண்டேன். இருந்தபோதிலும் சில ஆங்கிலப் பதிவுகளை எடுத்துப் படிக்கவும் செய்தேன். அந்த ஆங்கிலம் எளிதில் புரிந்துகொள்ளக்கூடியதாக எனக்கு இல்லை. இப்சன் குறித்த புத்தகங்களைத் தேடினேன். தோல்விதான் கிட்டியது. மீண்டும் பேராசிரியரை நாடினேன்.

"நீங்கள்தான் நாடகங்கள்மீது ஆர்வம் கொண்டவராச்சே; நாடகங்கள் குறித்து நிறைய எழுதியும் உள்ளீர்கள். இப்சன் குறித்து எழுதியுள்ளீர்களா?"

"கட்டுரையின் ஊடாக சிறுகுறிப்பு மட்டுமே எழுதியுள்ளேன்" என்றார், சுருக்கமாக.

எனக்கு ஏமாற்றமாக இருந்தது. அவரைப் பற்றி நான்தான் எழுத வேண்டும் என்ற எண்ணம் இருந்துகொண்டே இருந்தது. மேடை நாடகக் கலைஞர்களைச் சந்திக்கும்போதெல்லாம் இப்சனைத் தெரியுமா என்பதே எனது முதல் கேள்வியாக இருந்தது. 90 சதவிகிதத்தினர் ஷேக்ஸ்பியர் காலகட்டத்திலிருந்து நாடகக் கலையை விவரித்தாலும், அவருக்குப்பின் வந்தவரான இப்சனை தெரிந்திருக்கவில்லை. நான் முன்பைவிட தீவிரமாக ஹென்ரிக் இப்சன் குறித்து விவரங்களை தேடத் தொடங்கினேன்.

ஹென்ரிக் இப்சன்

ஹென்ரிக் இப்சன் 18ஆம் நூற்றாண்டைச் சேர்ந்த நார்வே நாட்டு நாடகாசிரியர் என அறியப்படுகிறார். மார்ச் 20, 1828ஆம் ஆண்டு பிறந்த இவர், மே 23, 1906ல் தனது 78ஆம் வயதில் மறைந்தார்.

ஸ்கெயின் நகர பெருவணிகக் குடும்பத்தின் உயர் குடியைச் சார்ந்தவருக்கு பிறந்தமையால் அவருடைய குடும்பம் நாடகத்தின் வடிவமைப்புக்குள் உருப்பெற்றது. 19ஆம் நூற்றாண்டைச் சார்ந்த மிகச்சிறந்த நாடக ஆசிரியர், நாடக இயக்குனர் மற்றும் கவிஞர் என்ற பன்முகத்தோடு உலக நாடகவியல் யதார்த்தத்தின் தந்தை என்றும் போற்றுதலுக்குரியவராக இப்சன் வர்ணிக்கப்படுகிறார். அவருடைய மிகச்சிறந்த படைப்பு 'பொம்மை வீடு' எனக் கூறப்படுகிறது. இப்சனின் 15வது வயதில், பள்ளிப் படிப்பிலிருந்து நீக்கப்பட்டார். நெருக்கடிக்குள்ளாகிய சூழலில் கிரிம்ஸ்டாட் என்னும் சிறு நகரத்திற்கு இடம்பெயர்ந்து மருந்தாளுனராகப் பயிற்சி எடுத்துக்கொண்டே நாடகங்களை எழுதத் தொடங்கினார் இப்சன். தன்னுடைய முதல் துன்பியல் நாடகமான 'கேட்டிலினா' (1850) ப்ரைன்ஜோப் ப்ஜார்மே எனும் புனைப்பெயரில் 22 வயதில் எழுதி வெளியிட்டார். ஆனால் அது அரங்கேற்றப்படவில்லை. 1850'ல் 'தி ப்ரியல் மொண்ட்' என்னும் நாடகமே முதலில் அரங்கேற்றப்பட்டது, அது சிறிய அளவிலான கவனத்தை ஈர்த்தது. எனினும் பின்தொடர்ந்த ஆண்டுகளில் அவர் பல நாடகங்களை எழுதினாலும் அவரால் வெற்றிகொள்ள முடியவில்லை.

எனினும் பிற்காலத்தில், நவீனத்துவ நாடகவியல் நிறுவனர்களுள் ஒருவராக தன்னை உயர்த்திக்கொண்டார் ஹென்ரிக் இப்சன். இவருடைய முக்கியப் படைப்புகள் என, 'பிராண்ட்', 'பீர்கெய்ன்ட்', 'ஆன் எனிமி ஆப் தி பீப்பிள்', 'எம்பரர் அன்டு கலிலியன்', 'எ டால்ஸ் ஹவுஸ், ஹெட்டா கேப்ளர்', 'கோஸ்ட்ஸ்', 'தி வைலட் டக்', 'ரோஸமெர்ஷோல்ம்' மற்றும் 'மாஸ்டர் பில்டர்' ஆகியவற்றை குறிப்பிட்டுச் சொல்லலாம். ஷேக்ஸ்பியரின் நாடங்களுக்குப் பிறகு 20 ஆம் நூற்றாண்டில் முற்பகுதியில் இவருடைய 'பொம்மை வீடு' எனும் நாடகமே உலகிலேயே மிகவும் அதிகமாக அரங்கேற்றப்பட்டதாக இணையத் தகவல்கள் கூறுகின்றன.

ஐரோப்பிய நாடகங்கள் பெரும்பாலும் குடும்ப வாழ்க்கை மற்றும் கடுமையான ஒழுக்கநெறிகள் சார்ந்து எதிர்பார்க்கப்படுகிறபோது இப்சன் நாடகங்கள் பல, அவரது காலத்தில் அவைகளுக்கு எதிராக அமைத்ததன்மூலம் சமூகத்தை பெரும் அதிர்ச்சிக்குள்ளாக்கியதாகக் கருதப்பட்டன.

அவரின் நாடகங்களை சமகாலத்திய நாடகங்களாகவும், புறத் தோற்றங்களுக்குள் மறைந்துள்ள உண்மையான தோற்றங்களை வெளிப்படுத்தும் முறையிலும் புனைந்தார். அது வாழ்க்கை நிலைகள் மற்றும் அறநெறிகளைக் கேள்விக்குட்படுத்தியது. கவித்துவம் மற்றும் சினிமாத்தனமாக உருவாக்கப்பட்ட 'பீர் கெய்ன்ட்' எனும் நாடகத்திலும்கூட வலுவான கனவுக்கூறுகளை உள்ளடக்கியதாக

இயக்கியிருந்தார் என்பது பரவலாக மேடை நாடக விமர்சகர்கள் முன்வைக்கும் கருத்தாகும்.

ஜார்ஜ் பெர்னாட்ஷா, ஆஸ்கர் வைல்டு, ஆர்தர் மில்லர், ஜேம்ஸ் ஜாய்ஸ், யூஜின் ஓ, நீல், செக்காவ் மற்றும் மிராஸ்லாவ் கிர்லெசா போன்ற நாடகாசிரியர்களும், நாவலாசிரியர்களும் அவர்களின் சொந்த பாணியில் வெற்றி பெற்றாலும், இவர்களிடத்தில் இப்சனின் தாக்கம் உள்ளதாக மேலைநாட்டு இலக்கிய வட்டங்கள் கூறுகின்றன.

1902, 1903 மற்றும் *1904*ஆம் ஆண்டின் இலக்கியத்திற்கான நோபல் பரிசுக்குப் பரிந்துரைக்கப்பட்டபவர் இப்சன். ஆனால், அவர் நோபல் பரிசைப் பெறவில்லை என்பது இவரின் ரசிகர்களின் குறையாக இருக்கிறது.

டென்மார்க் மற்றும் நார்வே நாட்டின் எழுத்துமொழியான டேனிஷ் மொழியில்தான் இப்சன், தன்னுடைய நாடகங்களை எழுதியுள்ளார். அப்படைப்புகளை கெய்ல்டென்னல் என்பவர் வெளியிட்டார். இந்த இடத்தில் முக்கியமான ஒன்றைக் குறிப்பிட வேண்டியுள்ளது. அதாவது, இப்சன் *27* ஆண்டுகள் இத்தாலி மற்றும் ஜெர்மனியில் தங்கியிருந்த காலங்களிலேயே அவருடைய பெரும்பாலான நாடங்கள் எழுதப்பட்டன.

அவர் மிக அரிதாகவே நார்வே சென்றிருந்தார். இருந்தபோதிலும் ஆரம்ப காலங்களில் வாழ்ந்த நார்வேயைச் சார்ந்த துறைமுக நகரமான ஸ்கெயினை நினைவுறுத்தும்வகையில், அங்கு நடந்த சம்பவங்களை பின்புலமாகக்கொண்டு பெரும்பாலான நாடகங்களை எழுதினார்.

*1882*ல் விமர்சகரும், கல்வியாளருமான ஜார்ஜ் பிரான்டிஸ்க்கு எழுதிக் கொடுத்த பிரதியில் இப்சன், தன்னுடைய பெற்றோர்கள் இருவரும் ஸ்கெய்ன் நகரத்தின் மிகவும் மரியாதைக்குரிய குடும்பத்தைச் சேர்ந்தவர்கள் என்றும் தம்மைச் சுற்றிலும் ஆதிக்கம் செலுத்தக்கூடிய ஒரு மேட்டுக்குடியினராகவே அவர்கள் இருந்தனர் என்றும் சொல்கிறார்.

*18*ஆம் நூற்றாண்டின் எழுத்தாளரான தியோடர் ஜார்ஜென்சன், ஹென்ரிக் இப்சனை குறிப்பிடுகையில், தாய்வழியிலும், தந்தைவழியிலும் குறிப்பிடத்தக்க குடும்பப் பின்னணியைக் கொண்டவர் என்கிறார். இப்சனின் சகோதரியான ஹெட்விக் பாஸ் குறிப்பிடும்போது ஹென்ரிக் இப்சன், தமது பெற்றோர்களால் ஈர்க்கப்பட்டார் என்றும் மேலும் முறைதகா திருமணம்குறித்தும், உறவுகளாலும் அமைந்த நிகழ்வுகள் அவரை பாதிப்புக்குள்ளாக்கியது என்றும் கூறுகிறார். இந்தச் சம்பவங்களே அவருடைய பல நாடகங்களில் வெளிப்படுகின்றன என்று கூறியிருக்கும் அவர், இப்சனின் மிகச்சிறந்த நாடகமான ‘ரோஸமெர்ஷோல்ம்’ல் அவ் வெளிப்பாடு மிகுதியாக உள்ளதையும் சுட்டிக்காட்டியுள்ளார்.

ஹெட்விக், தன்னுடைய தாயாரைப் பற்றி எழுதுகின்றபோது, கணவருக்கும் குழந்தைகளுக்கும் அமைதியான, அன்பான, இல்லத்தின் ஆத்மாவானவள் எங்கள் தாய். மீண்டும் மீண்டும் தன்னை குடும்பத்திற்கே தியாகம் செய்தவர் என்றும் கசப்புணர்வோ, நிந்தனையோ அவரிடம் இல்லை என்றும் குறிப்பிடுகிறார்.

ஹென்ரிக் இப்சனின் தந்தையினுடைய பொருளாதார இழப்புகளின் தாக்கத்தை அவருடைய பின்னாளைய எழுத்துகளில் காணமுடிகிறது. அவருடைய கதைமாந்தர்களின் பிம்பங்களாகவும் கருத்தியலாகவும் பொருளாதாரக் குறைபாடுகளை ஒப்பிட்டு, சமூகத்தின் இருள் மூலைகளில் பொதிந்துள்ள ஒழுக்க முரண்களை மேற்கோள்காட்டி நாடகங்களை அமைத்துள்ளார். இப்சன் தன்னுடைய சொந்தக் குடும்பத்தையே உருவகமாகவும் கதைமாந்தர்களின் பெயர்களாகவும் கையாண்டுள்ளார். (http://ibsen.nb.no/id/*11180567.0*, என்ற இணையதளம் இவ்விவரங்களைச் சொல்கிறது)

இப்சனின் நாடகங்களில் 'பொம்மை வீடு' என்ற நாடகம் குறிப்பிடும் அளவு பேசுவதற்கு பெண்களின் துன்பங்களை மையக்கருவாக காட்சிப்படுத்தியது மட்டுமல்ல; தன்னுடைய தாய் மாரிச்சென் ஆல்டன்பர்க்கை உருவகப்படுத்தியே அக்கதையை புனைந்ததுதான் காரணம் எனக் கூறப்படுகிறது. இதே அனுபவத்தை அவரின் 'ரோஸமெர்ஷோல்ம்' என்ற நாடகத்திலும் காணலாம்.

உத்வேகமளிக்கக்கூடிய எழுத்தாளர் ஹென்ரிக் வெர்ஜிலேண்ட், நார்வேயின் கிராமியப் பாடல் தொகுப்பாளரான பீட்டர் கிறிஸ்டின் அப்ஜார்ன்சென் மற்றும் ஜார்ஜென் மோ ஆகியோருடைய எழுத்துகளின் உத்வேகத்துடன் (பீர் ஜெய்ன்ட் நாடகம்வரையில்) ஆரம்ப காலங்களில் இணைந்து செயல்பட்டார் இப்சன். இப்சனின் இளமைப் பருவத்தில், நார்வேயின் கவிஞரும், நாடக ஆசிரியருமான வெர்ஜிலேன்ட் அவரை மிகவும் ஈர்த்தார்.

இப்சனின் எழுத்தும் வாழ்க்கையும்

இப்சன் நாடகத்துறையில் தன்னை ஈடுபடுத்திக்கொண்ட அடுத்த பல ஆண்டுகளில் நார்வேயின் பெர்ஜன் (Bergen) பகுதியில் உள்ள டெட்நார்ஸ்கி அரங்கத்தில் (Det norske Theater) *145* நாடகங்களை தயாரித்தார். அவர் எழுத்தாளராகவும் இயக்குநராகவும் தயாரிப்பா ளராகவும் இருந்தார். இந்தக் காலகட்டத்தில் குறிப்பிடத்தக்க அளவில் எந்த நாடகத்தையும் சொல்லமுடியாது. ஒரு நாடக ஆசிரியராக வெற்றியடைய முடியாமல் இப்சன் தோல்வி அடைந்தாலும், நார்வேயின் நாடக அரங்கம் அவருக்கு களப்பயிற்சி அனுபவமாக அமைந்தது எனக் கூறலாம்.

மிக மோசமான பொருளதாரச் சூழலில் 1864ல் கிறிஸ்டியானியாவை விட்டு வெளியேறி இத்தாலியின் ஸப்ரண்டோ நகருக்கு தன்னைத்தானே நாடுகடத்திக் கொண்டார் இப்சன். அடுத்த 27 ஆண்டுகளுக்கு தன்னுடைய சொந்த நிலத்திற்குத் திரும்பவேயில்லை. திரும்பும்போது அவர் சர்ச்சைக்குரிய நாடக ஆசிரியராக இருந்தார்.

1864ஆம் ஆண்டுவரையில் வாழ்விலும், தான் மேற்கொண்ட துறையில் பின்னடைவைச் சந்தித்து வந்த இப்சனுக்கு 1865ஆம் ஆண்டு அரங்கேற்றப்பட்ட 'ப்ராண்ட்' என்ற நாடகம் விமர்சன ரீதியான பாராட்டுகளைப் பெற்று தந்ததோடு வணிகரீதிலும் வெற்றி பெற்றது. தொடர்ந்து 1867ல் 'பீர்ஜெய்ன்' நாடகத்திற்கு புகழ்வாய்ந்த பாடல்களையும், இசையினையும் எட்வார்டு க்ரீக் வடிவமைத்தார்.

தொடர் வெற்றிகளுடன், இப்சன் அதிகத் தன்னம்பிக்கையோடு சொந்த கருத்தியல்களையும் தீர்மானங்களையும் மேலும் மேலும் தன்னுடைய நாடகங்களில் அறிமுகப்படுத்தி அவற்றிற்கு நாடகச் சிந்தனைகள் என ஆய்வுப் பெயரிட்டு வெளிக்கொணர்ந்தார். அவருடைய நாடகங்கள் தொடர் வெற்றியடைந்து அவருடைய பொற்காலமாக அமைந்த அதேவேளையில், ஐரோப்பாவின் நாடக சர்ச்சையையும் உருவாக்கியிருந்தார். 1868ல் இத்தாலியிலிருந்து ஜெர்மனியின் ட்ரெஸ்டன், நகருக்கு இடம்பெயர்ந்து 'தி அபோஸ்டேட் ஆப் ரோமானிய' பேரரசன் ஜல்லியன் என்பவரின் வாழ்க்கையைக் கருவாகக் கொண்டு 'எம்பரர் அண்டு கலிலியன்' என்னும் தன்னுடைய முக்கியமான நாடகத்தை பல ஆண்டுகள் அங்கே தங்கியிருந்து எழுதினார். இருப்பினும், ஒரு சிலரே அந்நாடகம் குறித்து தங்களுடைய கருத்துகளைப் பகிர்ந்தனர். அது தோல்வியடைந்த ஒரு நாடகம் என்றும் கூறலாம்.

1875ல் முனிச் (Munich) நகரத்திற்கு இடம்பெயர்ந்து அங்கிருந்து முதன்முதலாக சமகால யதார்த்த நாடகமாக, 'தி பில்லர்ஸ் ஆப் சொசைட்டி' என்ற நாடகம் 1877ல் அரங்கேற்றப்பட்டது. அதன் பிறகுதான் 1879ல் 'பொம்மை வீடு' நாடகத்தை வெளியீடு செய்தார். இந்த நாடகம் அவருடைய சமூகத்தில் ஆண்கள், பெண்கள் ஏற்றுக்கொண்ட திருமண அறநெறியை காட்டமாக விமர்சனம் செய்தது.

1881ல் வெளிட்ட 'கோஸ்ட்' நாடகமும் மற்றொரு காட்டமான விமர்சன வர்ணனையாகக் கருதப்படுகிறது. இந்த நாடகம்குறித்து மேடை நாடக விமர்சகரான Michael Billington கூறும் கருத்து மிக முக்கியமானது.

இந்த கதையின் நாயகி, ஒரு விதவை பாதிரியாரிடம் தன்னுடைய திருமணத்தில் மறைந்துள்ள தீமைகளை வெளிப்படுத்துவாள்.

அவளுடைய வருங்கால கணவன் ஒரு பெண் பித்தனாக இருந்தபோதிலும் அவளை மணமுடிக்குமாறு அறிவுரை கூறுவார் பாதிரியார். அவளும் திருமணம் செய்துகொள்வாள். கணவனின் பெண் பித்துமோகம் அவளுடைய அன்பின் நம்பிக்கையால் அவனை மாற்றம் அடையச் செய்யும். ஆனால் அவனுடைய காமாந்தக எண்ணம் அவனுடைய வாழ்நாளின் இறப்பு வரை தொடர்ந்து அவர்களுடைய மகனுக்கு அந்த நோய் உருமாற்றம் அடைந்திருக்கும். அதை ஒரு மேகநோயாக மட்டும் குறிப்பிட்டு அதிர்ச்சிக்குள்ளாக்காமல் அதுவே ஒரு மரியாதைக்குரிய குடும்பத்திற்கு சகிப்பற்ற நிலைமையை விளைவிப்பதை இப்சன் காட்டியிருப்பார். இந்த நாடகம் இப்சனின் ரசிகர்களிடத்தில் பெரும் தாக்கத்தை ஏற்படுத்தியது எனக் கூறலாம்.

1882ல், இப்சன் 'ஆன் எனிமி ஆப் தி பீப்பிள்' என்ற நாடகத்தின் மூலம் இன்னும் சர்ச்சையை சற்று முன்னோக்கி நகர்த்தியிருப்பார். இந்தக் கதை, மேடை நாடகமாக அரங்கேற்றுகையில் 'The Globe and Mail' பத்திரிகையின் எழுத்தாளர் J.Kelly Nestruck அவரது விமர்சனத்தில் கூறியிருக்கும் விசயம் முக்கியமானதாகும். ஆரம்பகால நாடகங்களில் முக்கியத்துவமிக்க சர்ச்சைக்குரிய கூறுகள் மற்றும் பிரதான கூறுகளின் காட்சிகளாக இருந்தாலும், அவை எளிமையான தனிப்பட்ட குடும்பங்களைச் சார்ந்திருக்கும். ஆனால் 'ஆன் எனிமி ஆப் தி பீப்பிள்" நாடகத்தில் சர்ச்சையையே பிரதான கவனமாக்கி, மொத்த சமூகத்தையும் எதிரியாக்கியிருப்பார். நாடகத்தின் முக்கிய செய்தியாகத் தனிமனிதன் தனித்தே நிற்பதாகவும், மொத்த மக்கள் கூட்டத்தைவிட தனிமனித உரிமையே முக்கியம் எனவும் கொண்டுவருவார். அதோடு தனித்துவிடப்பட்டவனை, செம்மறி ஆட்டுக்கூட்டத்தோடும் ஒப்பீடு செய்திருப்பார். தற்கால சமூகத்தின் நம்பிக்கையானது சமூகமே உயர்வான அமைப்பு மற்றும் நம்பிக்கைக்குரியது என்ற கூற்றுக்கு இப்சனின் கருத்துகள் சவாலாக அமைந்தன. 'ஆன் எனிமி ஆப் தி பீப்பிள்' நாடத்தில் இப்சன் சமூகத்தின் பழமைவாதிகளை மட்டும் தண்டித்திருக்க மாட்டார், தாராளவாதத்தையும் சாடியிருப்பார். இந்த நாடகத்தில் இப்சன் ஒரு தந்திரத்தையும் கையாண்டிருப்பார். அதாவது, 'கோஸ்ட்' என்ற நாடகத்தில் மறுப்புக்குள்ளாக்கிய விஷயங்களை 'ஆன் எனிமி ஆப் தி பீப்பிள்' நாடகத்திலும் உட்புகுத்தியிருப்பார். உள்ளூர் தோல்பதனீடு தொழிற்சாலையால் பொதுக் குளியல் நீர் அசுத்தமாகியுள்ளதை மருத்துவரான கதாநாயகன் கண்டுபிடிப்பான். அதைக் கண்டுபிடித்ததால் நோயால் பாதிக்கப்பட்ட பார்வையாளர்கள் அவனை கற்பனை வீரனாக பாவித்து பாராட்டுவார்கள் என்று எதிர்பார்ப்பான். ஆனால், அதற்கு மாறாக உள்ளூர் மக்களால் மக்களின் எதிரி என்று அறிவிக்கப்பட்டு, அவனுக்கு எதிராக இசை முழக்கி, சன்னல்களினூடாக கற்களை வீசியெறிவார்கள். அவனுடைய முழுமையான வெறுப்போடு நாடகம் முடியும். இதைக்

கண்ணுறும் பார்வையாளனுக்கு மருத்துவரை விட நகரமே மிகப்பெரிய பேராபத்தாகத் தெரியும். எழுத்தாளர் J.Kelly Nestruck இவ்வாறு குறிப்பிட்டுள்ளதோடு, தனது நாட்டுச் சூழலோடு இந்த நாடகம் எப்படித் தொடர்புகொண்டுள்ளது என்பதையும் ஒப்பிட்டுள்ளார்.

பார்வையாளர்களின் ஆழமாய் வேரூன்றிய நம்பிக்கைகள் மற்றும் ஊகங்களைத்தான் இப்சன் தாக்குவார் என்று எதிர்பார்க்கையில், அவர் சீர்திருத்தவாதிகளையும் அவர்களுடைய கருத்தியலையும் கடுமையாகத் தாக்கினார் என்பதையும் விமர்சகர்களின் கருத்துகள்மூலம் காணமுடிகிறது. உவப்பற்ற எதையும் கிழித்து கீழிறக்கியிருப்பதையும் தனது நாடகங்களில் முரண்பாட்டை மிகக் கவனமாகப் பயன்படுத்தியிருப்பதையும் விமர்சகர்கள் தொடர்ந்து குறிப்பிடுகிறார்கள்.

('எனிமி ஆப் தி பீப்பிள்' நாடகத்தைத்தான் சத்யஜித் ரே 'ஜனசத்ரு' என்ற சினிமாவாக எடுத்தார். தேவாலயத்தை கோயிலாக மாற்றினார் சத்யஜித் ரே. அடிப்படைவாதிகளுக்கெதிரான சினிமாவாக அது பாராட்டப்பட்டது. எழுத்தாளர் ஜமுனா ராஜேந்திரன் சத்யஜித் ரே குறித்து, எழுதிய ஒரு கட்டுரையில் இதுகுறித்த விவரம் இருக்கிறது. (<http://pesaamoli.com/mag_26_yamuna.php>)

'ஹெட்டா கேப்ளர்' என்ற நாடகம்தான் இப்சனின் நாடகங்களிலேயே அதிகமாக அரங்கேற்றப்பட்டதாகும். ஒருவேளை, இன்றைக்கு உள்ள ஒரு நடிகைக்கு மிகவும் சவாலான பாத்திரமாக ஹெட்டா கேப்ளர் கதாபாத்திரம் அமையும் என்றால் அதை மறுப்பதற்கில்லை. 'ஹெட்டா கேப்ளர்' மற்றும் 'பொம்மை வீட்டின்' முக்கிய பெண் கதாபாத்திரங்களை மையப்படுத்தி பேய் ஆற்றல் நிரூபிக்கப்பட்டிருக்கும். இணையத்தில் இருக்கும் 'ஹெட்டா கேப்ளர்' நாடகம்குறித்த விமர்சனங்களில் பரவலாக இந்தக் கருத்தை பலர் முன்வைத்துள்ளனர்.

'ஹெட்டா கேப்ளர்' கதாபாத்திரத்தில் வரும் ஹெட்டாவைப் போன்றே சில ஒற்றுமைகள் பொம்மை வீட்டின் கதாநாயகி நோராவிற்கும் இருப்பதாக மேடை நாடக விமர்சகர்களும் நாடக ஆசிரியர்களும் சொல்லும் கருத்தாகும்.

இப்சன் முன்னெடுத்த, சவாலான, கற்பிதங்களுக்கு எதிராக முக்கியப் பிரச்சனைகள் குறித்த நாடகங்கள் நம்மிடையே நேரடியாகவே பேசுவதன்மூலம் ஒரு பொழுதுபோக்கு நாடகம் என்பதையும் மீறி நமக்குள் ஒரு தாக்கத்தை ஏற்படுத்தியதாக அமைகிறது. கவிதைக்குள் இருக்கும் அரூபமான பாத்திரங்களை நடிகர்களின்வழியாகப் பேச வைப்பதோடு, நாடகமாகவே எழுத வேண்டியனவற்றை குறீயீட்டுக் கவிதைகளாக்கியிருப்பார் இப்சன்.

இப்சன் 1891ல் நார்வே திரும்பினார். ஆனால் அவரால் பல வழிகளில் நார்வேயை விட்டு வெளியேற முடியவில்லை. உண்மையில் அவர், சமூகத்தின் முழுமாற்றங்களுக்கான முக்கியப் பாத்திரமாகவே இயங்கினார். அவரின் நவீனம் வளர்ந்தது, நாடக அரங்குகளில் மட்டுமல்ல பொதுவாழ்க்கையிலும்தான்.

நான் பேய் வேஷம் போட்டுவிட்ட பிறகுதான், இப்சனின் 'ghosts' நாடகத்தை YouTubeபில் பார்த்தேன். பலமுறை படமாக்கப்பட்டுள்ளது என்பது அதிலிருக்கும் பல வடிவங்களே நமக்கு சாட்சி. அந்தப் படத்தை பார்த்தபிறகுதான், இப்சன் போட்டுவிட்ட பேய்கள் இன்னும் அலைகின்றன உறக்கமின்றி என்பதை உணரத் தொடங்கினேன். மேடை நாடகங்கள் தற்போதைய மரபுகளை உடைத்து, ஒரு எளிய நிராகரிப்பையும் கடந்து உளவியல் சார்ந்து அரங்கேற்றப்பட்டுக் கொண்டிருக்கிறன. ஒருவேளை, நான் வேஷம் தரிக்கும்முன்னமே அந்த நாடகத்தை பார்த்திருந்தால் இன்னும், எனது பாத்திரத்தை வலுவாக்கியிருப்பேன் என்றே தோன்றுகிறது. நான் பார்த்தது கிளாசிக் வடிவிலான அந்த மேடை நாடகப் பாணி. எனக்குப் புரிவதற்கு மிகச் சிரமமாக அதோடு சலிப்பாகவும் இருந்தது. ஆனால் அதையும் தாண்டி அந்த நாடகத்தில் ஏதோ ஒன்று ஒளிந்து கொண்டுதான் இருக்கிறது. பேராசிரியர் திருத்திக் கொடுத்த கவிதை வடிவத்தை மீண்டும் வாசித்தேன். மிகச்சரியாக இருப்பதாகவே தெரிந்தது.

நன்றி

*எனக்கு இப்சன், 'பொம்மை வீடு' மற்றும் கவிதையை திருத்திக் கொடுத்த அந்தப் பேராசிரியர், திரு.அ.ராமசாமி.

வல்லினம் 2015

பெண்களுக்கு சொற்கள் அவசியமா?

இந்தத் தலைப்பை படிக்கும்போதே ஒருவகை பதட்டம் எனக்குள் எழுகிறது. சரியான காரணம் எனக்கு சொல்லத் தெரியவில்லை. எனினும் நம்மீது விழும் பலரது பார்வைக்கு அர்த்தம் தெரியாததாலும் இதுவாகத்தான் இருக்கும் எனத் தானாக யூகம் கொண்டதினால் ஏற்படும் தடுமாற்றத்தால் வெளிப்படுத்தும் உடல்மொழியாலும் பாதிக்கப்பட்டவர்களில் நானும் ஒருத்தி. சம்பவங்கள் படிப்பினையாக இருந்தாலும் காயங்கள் வலிக்கத்தானே செய்யும். காயங்களின் தழும்புகளை கீறிப் பார்க்கும்போது பதட்டமும் வலியும் மட்டுமல்ல; பயமும் ஏற்படுகிறது.

பெண் உடல்மொழி என்பது, பொது இடத்தில் பெண் அவள் உடையை திருத்துவதிலிருந்து ஆரம்பிக்கிறது. ஒரு பெண் நிர்வாணமாக இருந்தாலும் பாதுகாப்பாக உணர்வது வேறு. சமூகம் அங்கீகரிக்கப்பட்ட உடையில் இருந்தாலும், அவள் பாதுகாப்பற்ற உணர்வில் இருக்கிறாள் என்றால் அவளின் வாழ்க்கைக்கு அர்த்தம்தான் என்ன? எத்தனை கொடுமையான நிலை இது. ஒரு பெண் பணக்காரியா, ஏழையா, பண்புள்ளவளா, பண்பற்றவளா என்பதை எவரும் பழகி விமர்சிப்பதில்லை. குறிப்பாக, பெண்கள் மட்டுமே இந்த அவலநிலையை அனுபவிக்கிறார்கள். உடையைப் பார்த்தே அவளுக்கு முத்திரை கொடுக்கப்படுகிறது. பெண் இயல்பாகவே சுதந்திரம் மறுக்கப்பட்டவளாக வளர்க்கப்படுகிறாள். அவள் தேவையைக் கேட்பது அவளுக்கு உரிமைமீறல் பிரச்சனைதான்.

அதை உடல் மொழியில் தெரிவிப்பதுதான் பெண்களுக்கு இயல்பாக பரிணாமம் கற்றுக்கொடுத்த பாடம். பெண் உடல் மொழி என்பது செயற்கை என நினைப்பவர்கள் நிறையப் பேர். ஏன், சில பெண்களேகூட சக பெண்களை இந்த உடல்மொழியால் விமர்சனம் செய்யலாம். அதைச் சொல்பவர் தாங்கள் என்ன செய்துகொண்டிருக்கிறோம் என்பதை உணர்வதில்லை. தான் விரும்பும் உடையை அணிவதில்கூட ஒரு பெண் பிறர் சம்மதம் எதிர்பார்க்கிறாள் என்றால் உண்மையில், நாம் பெண் உடல்மொழி குறித்து பேசி என்ன செய்யப்போகிறோம் என்பதை யோசிக்கத்தான் வேண்டியிருக்கிறது.

அன்னையர் தினத்திற்கு, தான் ஒரு சிறந்த அன்னை என்று முகநூலில் பதிவிடுவதும், புடவை தினத்தில் புடவை அணிந்த படத்தை பதிந்து, தான் புடவை ஆதரவாளர் என காட்டிக்கொள்வதும்கூட பெண்கள் சுதந்திரம் என இந்தச் சமூகம் நினைத்துக்கொள்வது எத்தனை அபத்தம். நான் குறிப்பிடும் சமூகம் நீங்களும் நானும் மட்டுமல்ல; ஒட்டுமொத்த பெண் சமூகத்தையும் சேர்ந்ததேயாகும். உடல்மொழி வாயிலாக ஒருவர் இன்னொருவருக்குத் தெரிவிக்கும் செய்திகளும் தகவல்களும் என்ன? உடல் மொழி என்பதை சொற்களற்ற வெளிப்பாடு என சமூகவியல் விஞ்ஞானிகளும் உளவியலாளர்களும் கூறுகின்றனர்.

இத்தகைய உடல் மொழிக்கு எட்டு முதன்மைக் கூறுகள் உண்டு.

முகம் (புன்னகை, முகச்சுளிப்பு, கோபம், அருவருப்பு)

கண்கள் (பார்வை சந்திப்பு, பார்வையைத் தவிர்த்தல்)

உடல் தோரணை (posture) (தோல்வியில் உடல் தளர்தல், வெற்றியில் கைகளைத் தூக்கி எக்களித்தல்)

சைகை/சாடை/அபிநயம் (gesture) (ஹலோ சொல்வதற்கு பதிலாக கையசைத்தல், வெற்றிக்கு V என விரல்களை காட்டுதல், கட்டைவிரலை உயர்த்திக் காட்டுதல்)

குரல் (voice) (குரல் ஏற்றத்தாழ்வு, சப்தத்தின் அளவு, சுவாச அளவைப் பொறுத்து குரல் மாறுபடுதல்)

அசைவு (movement) (ஒருவரை நோக்கி நகர்தல், ஒருவரைவிட்டு விலகுதல், தவிர்த்தல்)

தொடுகை (touch) (நெருங்கிய உறவுசார்ந்த தொடுகை, நட்பு மற்றும் தொழில்சார்ந்த தொடுகை, சமூகம் சார்ந்து நிகழும் தொடுகை)

தோற்றம் (appearance) (உடை, சுத்தம், உடல் தோற்றம், முகப்பொலிவு).

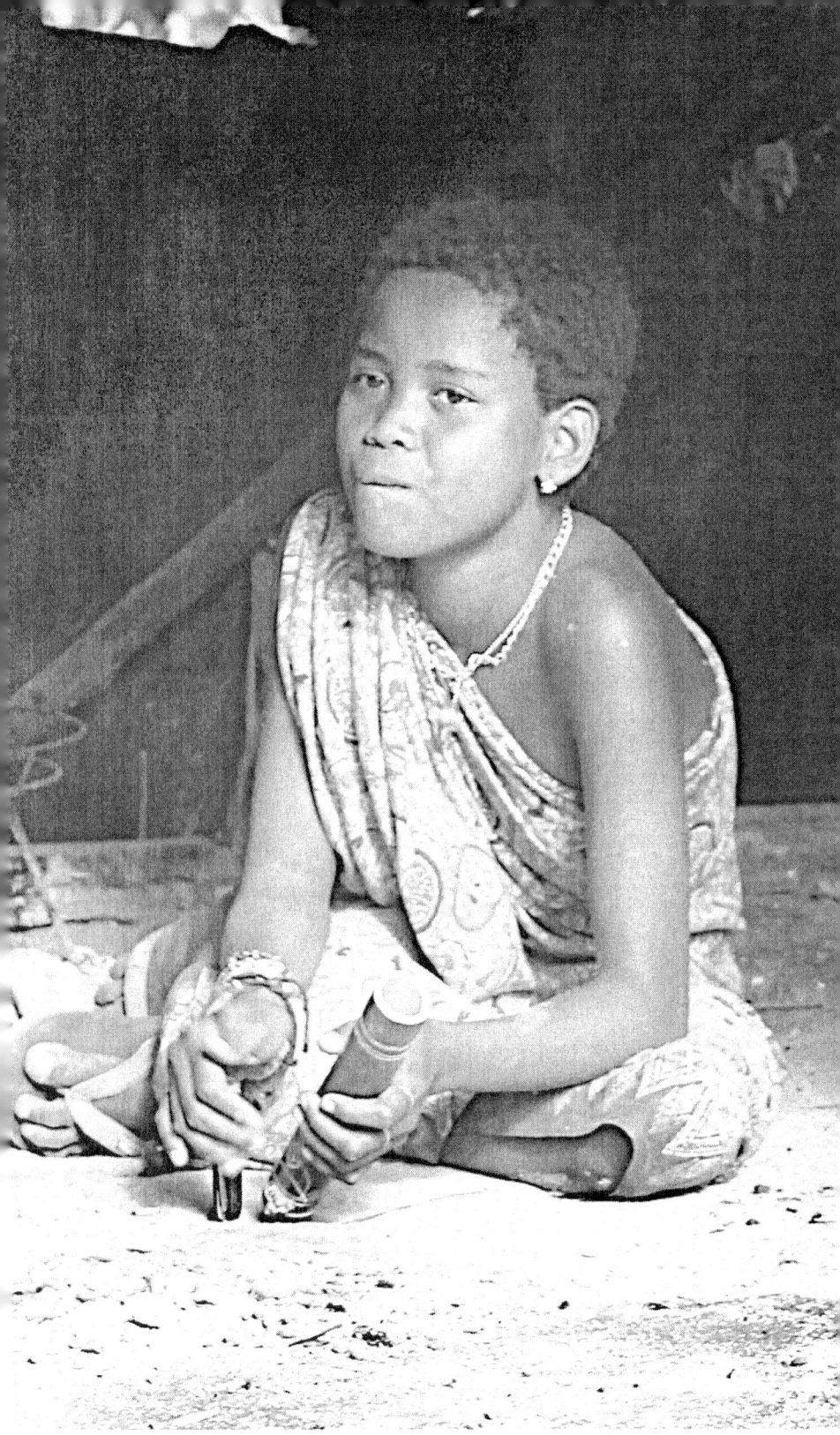

இத்தனை கூறுகளும் விழிப்புணர்வு மனநிலை (conscious state of mind) மற்றும் ஆழ்மனநிலை (subconscious state of mind) ஆகிய இரண்டும் கலந்தே உடல்மொழியாக வெளிப்படுகிறது. இதில் பெண்களின் 'உடல்மொழி' எனத் தனியாக ஒன்று உள்ளதா என்றால்? ஆமாம்; உள்ளது. நட்புரீதியிலும் பணிசார்ந்த சூழலிலும் சமுதாயத்திலும் குடும்பத்திலும் அந்தரங்கத்திலும் பெண்கள் வெளிக்காட்டும் உடல் மொழியின் எண்ணிக்கைக்கு அளவே இல்லை.

இதை 5 வகைகளாகப் பிரிக்கலாம்...

1. கருத்துப் பரிமாற்றம்

இந்த அணுகுமுறையில் பெண்கள் தங்களின் உள் எண்ணங்கள் மற்றும் உணர்வு நெருக்கத்தைக் காட்ட சொற்களற்ற மொழியை பயன்படுத்துகின்றனர். (ஆண்களோ, தங்கள் தகவல்களை கடத்தவும், பிரச்சனைகளுக்குத் தீர்வு காணவும் உடல்மொழியை பயன்படுத்துகின்றனர்).

2. சைகைகள்

பெண்கள் மிகநுட்பமான, நாசுக்கான, கட்டுப்பாடான மற்றும் இணக்கம் அல்லது பணிவுகாட்டுகிற சைகைகளை வெளிப்படுத்துகிறார்கள். எ.கா: நேருக்குநேர் சந்திக்கையில் பார்வையை தாழ்த்துதல், யாரேனும் அவர்கள் பாதையில் குறுக்கிடும்போது விலகிச் செல்லுதல் போன்றவை. மேலும் பெண்கள் வார்த்தைகளற்ற சைகைகளைப் புரிந்துகொள்வதில் ஆண்களைக் காட்டிலும் திறமையானவர்கள்.

3. முகஉணர்வு வெளிப்பாடுகள்

ஆண்களைவிட பெண்கள் தங்களின் கருத்துப் பரிமாற்றத்தின் போது அதிகளவில் கண்களைப் பார்த்து பேசும் இயல்புடையவர்கள். இது ஏனென்றால் சுபாவமாகவே அவர்கள் உணர்வுரீதியிலான கருத்துப் பரிமாற்றத்தை நாடுகிறார்கள். பெண்கள் எதிரில் இருப்பவரின் கண்களைப் பார்த்து பேசுவது எதிராளியின் நேர்மையை எடைபோடும் மனப்பாங்கு. மேலும் பெண்கள் தங்களின் அர்த்தத்தை அல்லது உணர்வுகளின் செறிவைத் தெரிவிக்க முகபாவனைகளையே அதிகம் பயன்படுத்துகின்றனர்.

4. அண்மை (அல்லது) நெருக்கம்

பெண்கள் அவர்களுடைய கூட்டாளியையோ அல்லது துணையையோ பக்கவாட்டில் இருப்பதையே விரும்புகிறார்கள்.

இதுவே அவர்களுக்கு விருப்பமான நெருக்கமாக இருக்கின்றது. ஆண்களைவிட பெண்கள் தங்களுடைய கூட்டாளி/ துணையினுடைய உடலின் அண்மையை சகித்துக்கொள்ளும் பொறுமையுடையவர்கள் (ஆனால் ஆண்களிடம் அந்தப் பொறுமை அதிகம் கிடையாது. மேலும் ஆண்கள் தங்களின் துணையை நேருக்குநேராகவே சந்திக்க விருப்பம் கொண்டிருக்கிறார்கள்).

5. தொடுகை

ஒரு தொடுதல் நிகழும்போது பெண்களைவிட ஆண்கள் அதிக அளவில் அத்தொடுகைக்கு பாலியல் நோக்கங்களை கற்பிக்கிறார்கள். ஆனால், பெண்களுக்கு எப்போதும் தொடுதல்சார்ந்த தயக்கம் இருந்து கொண்டே இருக்கிறது. அதையும்மீறி அவர்கள் மேற்கொள்ளும் தொடுதலானது நட்புசார்ந்தும், அனுதாபம் அல்லது பரிவிரக்கம் சார்ந்ததாகவே பெரும்பாலும் இருக்கிறது.

இப்பிரிவுகளின் அடிப்படையில் நம்மை அறியாமலேயே ஒருவரை "இவர் புலன்களால் உணரக்கூடியவர்", "இவர் உள்ளுணர்வால் இயக்கப்படுகிறவர்" எனத் தொடர்புபடுத்துகிறோம். ஒருவரது உடல் மொழியை எளிதில் புரிந்துகொள்வது மற்றும் மேற்சொன்ன பாவனைகளை ஒப்பிடுவதில் திறமை வாய்ந்தவர்களாக இருக்கும் பட்சத்தில் இவ்வாறு தொடர்புபடுத்துவது சாத்தியம். பெண்களுக்கு பிறப்பிலேயே இத்தகு உள்ளார்ந்த ஆற்றல் உண்டு. அதாவது, பெண்கள் சொற்களற்ற சைகை அல்லது உடல்மொழியை பொருள் கண்டுணரும் ஆற்றலுடையவர்கள் மற்றும் சிறுசிறு விவரங்களைக் குறித்த துல்லியமான கண்ணோட்டம் உடையவர்கள். ஆண்களைவிட பெண்கள் உடல்மொழி குறித்து மிகுந்த எச்சரிக்கையும்/விழிப்பும் உடையவர்கள்.

தனிமனித உறவுகளுக்குள் மிக அதிகமாக சொற்களற்ற சைகைகளும், பாவனைகளும் நிகழ்கின்றன. இளம்பெண்களிடையே உடல்சார்ந்த தன்னம்பிக்கை குறைந்துவருவதை கவலையளிக்கும் விஷயமாக பெண்ணியக் கல்வியாளர்கள் குறிப்பிடுகிறார்கள். பசப்பும் வாய்மொழிகளைவிட சில நேரங்களில் சாத்வீகமான, அச்சுறுத்தாத, எப்போதும் புன்னகைக்கிற பெண் உடல்மொழியை ஆதரிக்கலாம். பெண்ணிய அலை தொடங்கியபோதிலிருந்தே பெண் உடல்மொழி (மௌன மொழி) கல்வி மற்றும் ஊடகங்களில் மிகுந்த கவனம் பெற்றது. இங்கு நான்சி ஹென்லியின் புத்தகமான "உடல் அரசியல்" (Body Politics) என்ற அச்சில் இல்லாத அந்தப் புத்தகம் நம்மைச் சூழ்ந்து இயங்கும் ஆண் ஆதிக்கமும், பாலின ஒழுங்கு என்ற பெயரில் ஆண்கள் மேற்கொள்ளும் அடக்குமுறைகளையும் தெளிவாக விவரிக்கிறது. ஆணாதிக்கத்தின் இத்தகைய நடவடிக்கைகளால் பெண்கள் அனுபவிக்கும் பாதிப்புகளையும் பேசுகிறது.

அந்தப் புத்தகத்திலிருந்து சில பகுதிகள்...

தொடுகை

முரண்பாடான தொடுகை, ஒருவர் மற்றவரைத் தொடுவது. இத்தகைய தொடுதல் பெண்களைவிட ஆண்களின் நடத்தையிலேயே அதிகம் உள்ளது. கட்டுப்பாட்டையும், ஆதிக்கத்தையும் காட்டும் நடவடிக்கை இது. இத்தகைய தொடுகை ஆண்கள் பெண்ணுடலைத் தொடுவது ஏற்றுக்கொள்ளக்கூடியதாக இச்சமூகம் கருதுகிறது. அவன் தனது விருப்பத்தை வெளியிடும் ஒரு வழி. அவ்வழி பெண்களுக்கு அல்ல. இந்தச் செயலை ஹென்லி "பெண்களின் அதிகாரம், ஆற்றலைப் பறிக்கும் நடவடிக்கை"யாகவே கருதுகிறார்.

"தொடுதல்" என்பது பெண்கள்மீது செலுத்தப்படும் எளிதில் அடையாளம்காணக்கூடிய வடிவிலான உபத்திரவம், தொந்தரவு, இடைஞ்சல், கோபமூட்டலும்கூட. ஆனால் அது மிக நுட்பமான, சூட்சுமமான, சூழ்ச்சித்திறன் வாய்ந்ததாகவும் இருக்கிறது.

ஓர் ஆண் நண்பரோடு சற்றே சுதந்திரமாக பேசிப் பழகுகையில், மிக எளிதாக நம்மை கூசச்செய்கிற, இரட்டை அர்த்தம் பொதிந்த வார்த்தைகள்கொண்ட, பாலுணர்வுத்தன்மைவாய்ந்த, கொச்சை மொழியிலானதை ஜோக்குகள் என்ற பெயரில் எதிர்கொள்ள நேரிடுகிறது. இது முகநூல் போன்ற சமூக வலைதளம் மற்றும் இணையவெளியில் மட்டுமல்ல, சமயங்களில் தொலைபேசியிலும் இதுபோன்ற மனஉளைச்சல் தரும் நடவடிக்கைகள் நிகழ்வதுண்டு.

இத்தகைய செயல்களை எத்தனைதூரம் நாம் வெளிப்படையாக அல்லது பிரச்சனையாக அணுகுகிறோம் அல்லது அசட்டையான மனப்பான்மையோடு தாண்டிச்செல்கிறோம்? மேலும், ஆண்கள் தங்களது பெண் நண்பர்களை, உடன் பணியாற்றும் பெண்களை பிடிப்பதும், அணைப்பதும், மெய்கூச்சம் உண்டாக்கும்வகையில் தொடுவதை வாடிக்கையாகக் கொண்டிருக்கிறார்கள். இத்தகைய எடுத்துக்காட்டுகளில் ஆண்கள் பெண்களிடம் வெளிப்படையான, திட்டவட்டமான எந்த அனுமதியும் இல்லாமல் கலாச்சாரம் அனுமதித்த வாய்ப்பாக பெண்களைத் தொடுவதை வழக்கமாகக் கொண்டிருக்கிறார்கள்.

விக்டோரியா காலத்திலிருந்து நவீன குடும்பங்களின் புகைப்படங்களில் நாம் பார்த்ததுண்டு. ஆண், தனது மனைவியின்மீதும் குழந்தைகளின் மீதும் தோளில் கை போட்டிருப்பது உயர்அந்தஸ்து மற்றும் கட்டுப்பாட்டைக் குறிப்பிடுகிறது. பெற்றோர்கள், பயிற்சியாளர்கள், பணி முதல்வர்கள் ஆகியோர் அதிக வலிமை/சக்திவாய்ந்த பதவிகளில் இருப்போர் தொடலாம், தட்டிக்கொடுக்கலாம் அல்லது தங்கள் தலையை,

தோள்களை ஆற்றல்குறைந்தவர்கள்மேல் சாய்த்துக் கொள்ளலாம். இத்தகைய உதாரணங்களில் தொடுகை பரஸ்பரமானது மற்றும் நேர்மறையான அனுபவத்தைத் தரக்கூடியது.

எனினும் எழுதப்படாத சட்டமாக இருப்பது அதிக ஆற்றலுடையவர்கள் குறிப்பாக ஆண்கள், பெண்களைத் தொடலாம். ஆனால் பெண்கள் அவ்வாறு தொடுவது இயலாது (உயர் பதவிகளில் இருந்தாலும் அவ்வாறு அவர்கள் தொடுவதில்லை, எதற்கோ கட்டுப்பட்டதுபோலத்தான் இருக்கவேண்டியிருக்கிறது). இவை ஆணாதிக்க சக்தியின் கட்டமைப்புக்கள் வலுப்பெற்றிருப்பதையே காட்டுகின்றன. நான்சி ஹென்லி, இத்தகைய ஆராய்ச்சியின் முடிவுகளை விவாதித்துக் கொண்டிருந்தபோது அவரின் ஆண் சகா ஒருவர் நான்சியின் தோள்களில் கை போட்டதை புத்தகத்தின் இந்த இடத்தில் நினைவுகூர்கிறார்.

நான்சி ஹென்லி ஓர் அறிமுகம்.

ஜான் ஹாப்கின்ஸ் பல்கலைக்கழகத்தில் தனது முதுகலை மற்றும் முனைவர் பட்டம்பெற்ற நான்சி ஹென்லி, லோவல் மற்றும் கலிபோர்னியா பல்கலைக்கழகங்களில் பேராசிரியையாகப் பணியாற்றியவர். மொழி மற்றும் உடல்மொழி, சொற்பொருள் ஆய்வியல் (semantics), பெண்கள் மற்றும் பாலின உளவியல், பெண்கள் மற்றும் பாலினப் பிரச்சனைகள் குறித்த அணுகுமுறை, மேலும், பெண்களுக்கு எதிரான வன்முறை போன்ற பல்வேறு ஆராய்ச்சிகளில் ஈடுபட்டு தனிப்பெயர் பெற்றவர். 'மகளிர் உளவியல்' என்ற காலாண்டு இதழின் ஆசிரியையாகப் பணியாற்றியவர். உளவியல் துறையில் பெண்களுக்காக சிறந்த பங்களிப்பாற்றியமைக்காக அமெரிக்க உளவியல் சங்கத்தால் விருது வழங்கி கௌரவிக்கப்பட்டவர்.

1977ல் வெளியான "உடல் அரசியல்: அதிகாரம், பாலினம் மற்றும் உடல்மொழி" (Body Politics: Power, sex and nonverbal communication) என்ற இவரது புத்தகம் பெண்ணியவாதிகளிடையே மிகுந்த வரவேற்பை பெற்றது. அதிகாரத்தில் உள்ள நபர்கள், முக்கியமாக ஆண்கள், தமது சமூக அதிகாரத்தைப் பராமரிப்பதற்கான முக்கிய வழிமுறையாக உடல்மொழியை பெண்களுக்கெதிராக எவ்வாறெல்லாம் பயன்படுத்துகிறார்கள் என்பதை விவரிக்கும் பெண்ணியப் பகுப்பாய்வே இந்நூல். நான்சி ஹென்லி 2016ல் மாரடைப்பால் காலமானார். அவருக்கு அப்போது 82 அகவை.

குங்குமம் தோழி 2018

எனக்குத் தெரிந்த மழை

கடந்த சில நாட்களாக கடுமையான மழையும் கடுமையான வெயிலும் ஒரே நாளில் மாறி மாறி ஆதிக்கம் செலுத்திக் கொண்டிருந்தன. மழை மேகத்தின் உற்பத்தி என்பதைத் தவிர எனக்கு வேறொன்றும் தெரியாது. மழைக்கு எப்போது தீவிர ரசிகையானேன் என்பதும் இன்று வரையிலும் நினைவில்லை. மழையை ரசித்த இதயத்துக்கு வெயிலை ரசிக்க ஏனோ தெரியவில்லை. இந்தப் பத்தியை ஆக்கிரமிக்கப்போவதும் மழைதான்.

சின்ன வயதில் மழையைப் பார்த்து ஏங்கியது உண்டு. இரட்டை மாடி வாடகை வீடு எங்களுடையது. மழை 'சோ'வென பெய்யத் தொடங்கும்போது படிகளில் நின்று பலகையின் துவாரங்களின் வழியாக மழையைப் பார்ப்பதும், மாடியில் நின்று ஜன்னல்வழியாக மழையைப் பார்ப்பதும், வாசலில் நின்று நகரத்தில் வழிந்து ஊற்றும் வரிவரியான மழையில் கைகளை நீட்டி ஆட்டி மழைநீரைப் பிடிப்பதுமாக அப்பாவுக்குத் தெரியாமலேயே மழையை எனக்குப் பழக்கப்படுத்தி இருந்தேன். வீட்டில் யாரையுமே மழையில் விளையாட அப்பா அனுமதித்ததே இல்லை.

அப்பா சொல்லியிருக்கிறார். மழையில் நனைந்தால் காய்ச்சல் வரும். சளிப் பிடிக்கும். இருமல் வரும். பள்ளிக்கு மட்டம் போட வேண்டி வரும். பிறகு படிப்பு கெடும். பரீட்சையில் மதிப்பெண்கள் கிடைக்காது. இப்படி, தனது தூரநோக்கு சிந்தனையை பலமுறை வாசித்திருக்கிறார். மீறி மழையில் நனைவதைப் பார்த்தால் தோலை

உரித்துவிடுவேன் என்றிருக்கிறார். அப்பாவிடம் ஓர் இடைவார் உண்டு. பழைய இடைவார் அது. முகர்ந்தால் நர நாற்றம் வரும். குமட்டும். அங்கங்கே வெளுத்தும் சற்றுப் பிய்ந்தும் இருப்பினும் அதை உபயோகப்படுத்தாமல் அப்பா இருந்ததே இல்லை. தோலினால் ஆன ஒரிஜினல் இடைவார் என்றும் அதிக விலை என்றும் பலமுறை பலபேரிடம் அப்பா சொல்லிக் கேட்டதுண்டு.

ஏதோ ஒரு குற்றத்திற்காக இரு கையையும் நீட்டச்சொல்லி அந்த இடைவாரால் அடித்திருக்கிறார். அந்த வலியை இப்போது நினைத்தாலும் வலிக்கிறது. அதில் அடி வாங்கினால் நிச்சயமாகத் தோல் உரிந்துவிடும். மழையில் நனைவதற்கு இத்தனை தடையா? மழை பெய்தால் என் வீட்டின் குசுனி பகுதியில் ஓட்டையான தகரத்தின்வழியாக சொட்டுச்சொட்டாக தண்ணீர் வீட்டுக்குள் வரும். ஒரு ஓட்டை, இரண்டு ஓட்டை அல்ல. அது இருக்கும் பத்து ஓட்டைகளுக்குமேல். அம்மா ஓட்டைகளுக்குத் தகுந்தாற்போல் பாத்திரங்களை வைப்பார். பானை, குவளை, குண்டு மங்கு என பாத்திரங்கள் மழை நீரை ஏந்தி நிற்கும். எனக்குப் பிடித்த பாத்திரத்தை தேர்வுசெய்து அதன் அருகில் இரண்டு கைகளையும் கன்னத்தில் வைத்துப் படுத்தபடி எட்டிப்பார்ப்பதில் அத்தனை பிரியம் எனக்கு. யாரும் கவனிக்காதபோது பாத்திரத்தை நகர்த்தி மழைத் தண்ணீர் தரையில் பட்டுத் தெறிப்பதைப் பார்க்கவும் ரொம்பப் பிடிக்கும். பல தடவை பாத்திரத்துக்குப் பதில் என் உச்சந்தலையை மழைக்காக அர்ப்பணித்ததும் உண்டு.

மழைக்குப் பெரிய அணை கட்டியிருந்த அப்பாவுடன் குடும்பமே நனைந்தோம் என்றால் நம்பமுடிகிறதா?

என் அப்பா செம்பனை மரங்களுக்கு குலை வெட்டும் தொழிலாளி. பொதுவாகவே பழம்வெட்டும் வேலை என்பார்கள். செம்பனை மரத்தில் பழம் சிவந்திருந்தால் அறுப்பதற்குத் தயார் என்று அர்த்தம். அதைத்தான் குலைவெட்டு என்பார்கள். பழுக்காத காய் கருமை நிறத்தில் இருக்கும். அதிகம் பழுத்த பழம் உதிரியாக தரையில் உதிர்ந்துவிடும். செம்பனை மரத்தை நடுவதிலும் ஓர் ஒழுங்கிருந்தது. குறிப்பிட்ட எண்ணிக்கையில் மரம் வரிசைப்பட்டிருக்கும். உதாரணத்திற்கு, இடது புறத்தில் ஒரு வரிசையில் 8 மரங்கள் என்றால் வலதுபுறத்திலும் 8 மரங்கள்தான் நடுவார்கள். 16 மரங்கள்கொண்ட அந்த இடத்தை ஒரு நரை என்பார்கள். எண்கள் வீதம் நரைக்குப் பெயர் உண்டு. முதல் நரைக்கும் இரண்டாவது நரைக்கும் நடுவில் ஐந்து அடி ஆழத்துக்கும் 5 அடி அகலத்துக்கும் ஒரு வரப்பு வெட்டியிருப்பார்கள். அதன் பயன்பாடு தெரியவில்லை. அப்பாவிடம் கேட்டதும் இல்லை.

இந்தத் தொழிலை அப்பா பலவருடங்கள் செய்து வந்ததால், மரத்தையும் மட்டையையும் சுற்றிப்பார்த்தே அறுவடை நாளையும்

அவர் சொல்லிவிடுவார். அப்பாவின் அண்ணன், தம்பியும்கூட இதே தொழில்தான் என்றாலும் அப்பாவைப்போல் பெரியப்பாவோ, சிற்றப்பாவோ கை தேர்ந்தவர்கள் இல்லை. அப்பாவின் தொழில் சுத்தத்தைப் பார்த்த சில முதலாளிகள் தங்கள் செம்பனை தோட்டத்தைப் பராமரிக்கும் பொறுப்பை அப்பாவிடம் தந்தனர். ஏறக்குறைய 10 முதலாளிகளின் நிலம் அப்பாவின் கண்காணிப்புக்கு வந்தது. அப்பாவிடம் 6 தொழிலாளர்கள் வேலை செய்தனர். எங்களுக்கும் சொந்தமாக நான்கு ஏக்கரில் செம்பனைத் தோட்டம் இருந்தது. அந்த நிலத்தில் மட்டும் அப்பா யாரையும் வேலைக்கு அழைத்ததில்லை.

வீட்டிற்கு 1 கிலோமீட்டர் தொலைவில் அமைந்திருந்த நிலத்தில் அப்பா, அம்மா, நான், தம்பி, தங்கை என வேலைக்குப் போவோம். அனைவரையும் Yamaha Sports மோட்டார் வண்டியில் மொத்தமாக ஏற்றிக்கொண்டும் பழம் வெட்டும் அலக்கை தோளில் வைத்துக் கொண்டும், அம்மாவை குலைதள்ளும் வண்டியை பின்னோக்கி கையால் பிடிக்கச் சொல்லியும் நிலத்தை நோக்கிப் புறப்படுவார். சின்ன வண்டியில் குடும்பமே சவாரி செய்யும் அழகை எத்தனையோ பேர் வேடிக்கையாக பார்த்திருக்கிறார்கள். அப்பா பழம் வெட்டுவார். அம்மா வண்டி தள்ளுவார். நாங்கள் உதிரிகளை சாக்கில் சேகரிப்போம். காலை 8.00 மணிக்கு வேலைக்குப்போனால் மாலை 2.00 மணிக்கெல்லாம் திரும்பிவிடுவோம். இதற்கிடையில் சாப்பாட்டு நேரமும் உண்டு. வேலையைப் பற்றிய அவசியம் தெரியாத வயது அது. சொந்த நிலத்தில் வேலைக்குப்போவது எங்களுக்குப் பிடித்தமான விஷயம்தான். ஒரு நாள் இப்படி வேலைக்கு போய்க்கொண்டிருக்கையில் கடுமையான மழை பிடித்து அப்பாவின் தலையில் பலமாக குட்டுவைக்கத் தொடங்கியது. நிலைமையைச் சமாளிக்க மோட்டாரை விரைவாகச் செலுத்தி நிலத்தை அடைந்துவிட்டார். கடுமையான மழையாலும் மோட்டாரின் வேகத்தாலும் மழை தண்ணீர் முகத்தில் அறைந்தது. அப்பா அம்மாவைத் தவிர நாங்கள் குதூகலமாக இருந்தோம்.

மழைக்கு ஒதுங்குவதற்காகவே நிலத்துப் பக்கத்தில் ஒரு கொட்டகை உண்டு. மழை நிற்கும்வரை அங்கே ஒதுங்கினோம். காற்று மழைச்சாரலை எங்கள்மேல் கொட்டிச் சென்றது. ‘நேரம் காலம் தெரியாமல்...செ!’ என்று மழையைத் திட்டித் தீர்த்தார் அப்பா. மழை நின்றபிறகு நிலத்தில் வேலைசெய்ய ஆரம்பித்தோம். நிலம் சகதியாக இருந்தது. வரப்பு எங்கே என தேடும் அளவுக்கு தண்ணீர் பெருகி வரப்பு மூழ்கி இருந்தது. சிலதடவை தெரிந்தும், சிலதடவை தெரியாமலும் வரப்பில் இறங்கி ஆட்டம் போட்டது தீபாவளிக் குதூகலம்போல் இருந்தது. எனக்குத் தெரிந்து அதுதான் எங்களின் முதல் நீச்சல்குளம். கிட்டத் தட்ட 6 மணிநேரம் குடும்பத்துடன் மழையில் ஆட்டம் போட்ட திருப்தி. திரும்பிய திசை எங்கும் மழை ஆக்கிரமித்த சுவடுகள்தான்.

மழையில் முக்குளித்து வந்த அனைவரும் வெந்நீரில் குளித்தார்கள். நான் மட்டும் பைப் தண்ணீரில் குளித்தேன். மழைநீரில் ஊறிப் போயிருந்த உடம்பில் தண்ணீர் பட்டதும் வெதுவெதுப்பாகத்தான் இருந்தது. குளியல் அறையைவிட்டு வெளியேறிய பிறகுதான் குளிரவே ஆரம்பித்தது. உதடு துடித்தது. கால்கள் உதறியது. உடல் சுருண்டுகொண்டது. போர்வையை இழுத்துப் போர்த்திக்கொண்டு படுத்தபோது மயக்கத்தில் செம்மையாகத் தூக்கமும் வந்தது. ஓரிரு தும்மலைத் தவிர அப்பா சொன்ன உபாதை ஒன்றுமே வரவில்லை.

அந்தச் சம்பவத்திற்குப் பிறகு சந்தர்ப்பம் வாய்க்கும்போதெல்லாம் மழையில் நனைவேன் (அப்பா இல்லாதபோதுதான்), ஆடுவேன். ஓடுவேன். குதிப்பேன். பாடுவேன். இரு கைகளிலும் மழைநீரைப் பிடித்து முகத்தை கழுவிக்கொள்வேன். இன்னும் அதிகமாக ஆட்டம் போட்டது பாட்டி வீட்டில்தான். முற்றத்தில் தாத்தாவால் உருவாக்கப்பட்ட ஊஞ்சலில் ஆடிக்கொண்டே மழையை ரசித்து நனைந்திருக்கிறேன். பாட்டி, "ஆம்பிளையா பொறக்க வேண்டியவ, பொட்ட பிள்ளையா பொறந்துட்டா. பொம்பளப் பிள்ளையா நடத்துக்கோடி. பாக்குரவ காறித்துப்பப் போறா" என்று ஓரேயடியாக அளப்பார். மழையின் சத்தம் என் காதை அடைத்துவிடும். எல்லோருக்கும் பொதுவான மழைக்கு ஆண் என்ன? பெண் என்ன? மழையும் வெயிலும் சேர்ந்து வந்தால் இரண்டுக்கும் கல்யாணமாம். இரண்டில் எது ஆண்? எது பெண்?

அன்று அத்துணை காதல் மழைமீது கொண்டிருந்த நான், இன்று மழையில் நனைந்து ஆறு வருடங்கள் ஆகிறதென்றால் நம்புவீர்களா? நகரம் வாங்கிய சாபம் அப்படி. ஒரு ஐந்துமாடிக் குடியிருப்பில் ஐந்தாவது மாடியில் உறவினர் வீட்டில் வேலை நிமித்தமாகத் தங்கியிருந்தேன். மழைக்காக நான்கு மாடி இறங்கி மெனக்கெட முடியாது.வேலைக்குப் போகும்போது நனைய இயலாது. உடைகள் நனைந்தால் வேலை எப்படிச் செய்வது? வேலை முடிந்து வீட்டுக்கு வரும்போதும் நனையமுடியாது. பேருந்தில் ஈரத்துணியுடன் நிற்பது பேருந்தை ஈரமாக்கிவிடலாம். பலர் கண்களுக்கு காட்சிப் பொருளாகவும், சிலர் பரிதாபமும் படலாம். பிழைப்புக்காக வந்த இடத்தில் இது அவசியம் இல்லாதது.

திருமணம் புரிந்து தனிக்குடித்தனம் வந்தேன். இரண்டாவது மாடியில் வேறொரு அடுக்குமாடிக் குடியிருப்பு. நானும் கணவரும் மட்டும்தான். மழைநேரத்தில் நனைய மனம் முந்தினாலும் முடியவில்லை. கழுத்தில் தாலியுடன் மழையில் நனைவது வீண் பழிக்கு ஆளாகலாம். திருமணம் ஆன பெண்களுக்கு அடக்கம் என்றபேரில் நிறைய ஒடுக்கு முறைகள் உண்டென்பதை முற்போக்குச் சிந்தனையாளினியாக இருந்தாலும் மறுக்க முடியவில்லை. பள்ளிப் பருவத்தில் சிறிய குடை ஒன்று புத்தகப்பையில் இருந்தாலும் ஒரு தடவைகூட உபயோகித்தது

இல்லை. இன்று வெயில் காலங்களிலும் மழை வந்துவிட்டால் என் கணவர் சிலசமயம் கொலைவெறியுடன் பார்க்கிறார். Astro சாட்லைட் ஒளிபரப்பு மழையால் தடைபட்டுப்போய் தொலைக்காட்சி நிகழ்ச்சிகள் தெரியாமல் போய்விடுவதுதான் காரணம்.

நகர வாழ்க்கை எனக்கும் மழைக்கும் கொடுத்த கொடூரத்தை எத்தனைபேருக்கு விதித்திருக்கிறதோ தெரியவில்லை. கம்பத்தில் பிறந்து வளர்ந்த எனக்கு மழையோடு வாழ்ந்த கடந்தகாலம் உண்டு. நகரத்திலோ, கட்டடங்களைத் தவிர்த்து வளர்ப்புப் பிராணிக்குக்கூட மழையில் நனைய அனுமதி இல்லை.

இந்தப் பத்தியை முடிக்கும் நேரத்தில் மழை பெய்துகொண்டிருக்கிறது. தேநீர் குடித்துக் கொண்டிருக்கிறேன். குளிர் சட்டையை அணிந்து கொண்டு கதகதப்பில் தகிக்கிறேன். கண்களை மூடித் தியானிக்கிறேன். மழை என்னை நனைத்துக்கொண்டிருக்கிறது.

வல்லினம் 2009

வேரறுக்கப்படும் வாழ்க்கை... பரிதவிக்கும் பழங்குடியினர்

'குவா மூசாங்' கிளந்தான் மாநிலத்தில் மிக முக்கியமான பகுதி. மலேசியாவின் கிளந்தான் மாநிலம் என்பது மலாய்க்காரர்கள் அதிகமாக வசிக்கும் இடமாகும். இஸ்லாமிய மாநிலமாகவே அதை அடையாளப்படுத்துவார்கள். அம்மாநிலத்தின் ஒரு பகுதியான குவா மூசாங்கில் அதிகமான பழங்குடிகள் வாழ்கின்றனர். குறிப்பாக, அங்கு தெமியார் சமூகத்தைச் சேர்ந்த 12 பிரிவுகள்கொண்ட பழங்குடி கிராமங்கள் இருக்கின்றன.

குறிப்பாகவே பேராக் மாநிலத்தின் சில பகுதியிலிருந்து பஹாங் மாநிலம் தொடங்கி, கிளந்தான் மாநிலம் வரையில் நூற்றுக்கும் அதிகமான பூர்வக்குடி குடியிருப்புகள் நமக்கு காணக் கிடைக்கின்றன.

ஆனால், அந்தக் கிராமங்களின் பெரும்பகுதி, அரசினரால் நவீனமாக்கப்பட்டு நுகர்வுக் கலாச்சாரத்திற்கு மாற்றப்பட்டுவிட்டது. காட்டுக்குள் இருந்தவர்களை நகர வெளிக்குக் கொண்டுவந்தது மட்டுமல்லாமல், அவர்களுக்கு சுண்ணாம்பு பூசிய கல்வீடுகள், மின்சாரம், தண்ணீர் உள்ளிட்ட வசதிகளைச் செய்துகொடுத்து அவர்களின் சுயம் மற்றும் அடையாளத்தை இழக்கவைத்திருக்கும் காட்சிகளையும் மிகுந்த வலியோடு கண்டுகொண்டிருக்கிறோம்.

குவா மூசாங் பூர்வக்குடிகள் எதிர்நோக்கியிருக்கும் பிரச்சனைக்கு செல்வதற்குமுன் மலேசிய பூர்வக்குடிகள் குறித்த எளிய அறிமுகத்தை முதலில் காணலாம்.

மலேசியப் பழங்குடியினர்

மலேசியப் பழங்குடியினரில் வெவ்வேறு சமூகத்தைச் சேர்ந்த 18 பிரிவினர் இருக்கின்றனர். தீபகற்ப மலேசியாவில் மட்டுமே 876 பூர்வக்குடி கிராமங்கள் உள்ளன. பஹாங், பேராக், கிளந்தான், திரெங்கானு இன்னும் பிற மாநிலங்களிலும், கலிமந்தான் பகுதியை நோக்கியிருக்கும் சபாசரவாக் மாநிலங்களிலும் அடர்ந்த வனங்களில் அவர்கள் வாழ்கின்றனர். கிழக்கு மலேசியா மேற்கு மலேசியாவில் வாழும் பழங்குடி மக்களிடத்தில் சில ஒற்றுமைகளும் பல வேறுபாடுகளும் உண்டு.

மலேசியப் பழங்குடிகளில் செனோ, நெக்ரீதோ, மெலாயூ பெராட்டோ எனும் மூன்று குழுக்களில் 18 சமூகங்கள் உள்ளன. இதில் செமிலாய், ஓராங் கானோஃ, பாதேஃ, மெம்ரிக்ஃ, தெமியார், ஓராங் லாவூட், செமாய், கென்சியூஃ ஆகிய பிரிவினர் மிக முக்கியமானவர்களாக அடையாளப்படுத்தப்படுகின்றனர்.

பூர்வக்குடிகளின் தொழில்

தொடக்கக் காலத்தில் இவர்கள் மலைத்தேன், மிருகங்களின் தோல், இறைச்சி உள்ளிட்ட சில பொருள்களை வெளி மனிதர்களிடத்தில் அரிசி, புகையிலை, இன்னும் சில பொருள்களுக்காகப் பண்டமாற்று செய்துவந்தனர். பின் பணப்புழக்கம் அவர்களையும் தொற்றிக்கொண்டது. வனத்திலிருந்து கிடைக்கப்பெறும் பொருள்களைக் கொண்டு செய்யயப்படும் பூர்வக்குடிகளின் கைவினைப் பொருள்களுக்கு இன்றும் தனி மதிப்புண்டு.

'ஆதி மனிதர்கள்' என உலகமெங்கும் கூறப்படும் பூர்வக்குடிகளை அரசு எப்படி நடத்துகிறது? அவர்கள்மீது வைக்கப்படும் பார்வை என்ன? நாடும் நாட்டுமக்களும் அவர்களுக்குக் கொடுக்கும் மரியாதையும் மதிப்பும் என்ன? மலாயில் சக்காய் என்பார்கள். 'அடிமை' என்பது அதன் அர்த்தம். பூர்வக்குடிகள் அந்த வார்த்தையை மோசமான வசவாகப் பார்க்கிறார்கள். பிறரை சிறுமைப்படுத்தும்நோக்கில் மலேசியர்கள் சாதாரணமாகப் பயன்படுத்தும் வார்த்தை அது.

குவா மூசாங்கில் நடந்தது என்ன?

குவா மூசாங் பகுதியில் வசித்துவந்த பூர்வக்குடிகளின் இருப்பிடங்களை இடித்துத் தரைமட்டமாக்கியதுடன் அதைத் தடுக்க முற்பட்ட 40 பூர்வக்குடி இளைஞர்களை வனத்துறை கைது செய்தது. பூர்வக்குடிகளைப் பாதுகாக்கவேண்டிய வனத்துறையே அவர்களைக் கைது செய்தது

என்று அறியும்போது அதிர்ச்சியாக இருக்கிறது இல்லையா? இந்த இடத்தில் நான் மற்றுமொரு விஷயத்தை விளக்கிச்சொல்வது பொருத்தமாக இருக்கும். கிளந்தான் மாநிலம் எதிர்கட்சியிடம் இருக்கும் மாநிலமாகும். பல விஷயங்களில் முரண்படும் தேசிய முன்னணிக் கட்சி, பூர்வக்குடி விவகாரத்தில் எதிர்கட்சியுடன் கைகோர்க்கிறது என்றால் என்ன காரணமாக இருக்கும்? இந்தக் கேள்விக்கான ஒரே பதில் அங்கு செழித்து வளர்ந்திருக்கும் காட்டு மரங்களிடம் உள்ளது.

குவா மூசாங் பகுதியில் இருக்கும் முரட்டு காட்டுமரங்கள் தீபகற்ப மலேசியாவில் வேறு எங்கும் எளிதில் காணக் கிடைக்காதது. சுமார் 623.849 ஹெக்டர் பரப்பளவு கொண்ட அந்த காட்டுமரங்களைக் கிளந்தான் அரசு விற்பனைக்காக வெட்டத் தொடங்கியது. அதன் விளைவு கொஞ்சநாளிலேயே தெரிய ஆரம்பித்தாலும் இந்த விவகாரத்தால் அதிகம் பாதிப்படைந்தவர்களும் இன்னும் பாதிப்படைந்து வருபவர்களும் பூர்வக்குடிகள்தான்.

கேமரன் மலையை ஒட்டி கிளந்தானுக்குச் சொந்தமான 10,000 ஹெக்டர் காடுகள் அழிக்கப்பட்டுவிட்டன. (லோஜிங் 3,000 ஹெக்டர், யாகின் 3,000 ஹெக்டர், காடா 2,000 ஹெக்டர், கெசெடார் 2,000 ஹெக்டர்). தற்போது அழிவின் எண்ணிக்கை இன்னும் அதிகரித்திருக்கலாம்.

இந்தக் காடுகள் அழிக்கப்படுவதற்குமுன், எந்த ஒரு கடும் மழையிலும், மழைநீரை பூமி இழுத்துக்கொள்ளும்தன்மை கொண்டிருந்தது. ஆனால் இப்பொழுது, அந்நீர் நேரடியாக ஆற்றுக்குள் சென்றுவிடுகிறது. குவா முசாங்கில் ஆரம்பிக்கும் இந்த ஆறு, நேரே கோலக் கிரை சென்றடைகிறது.

இதன் விளைவு சற்று கடுமையாக மழை பெய்யும்போது குவா மூசாங் பகுதி வெள்ளத்தில் சிக்கிக்கொள்ளும் அல்லது சிக்கிக்கொண்டிருக்கும் அபாயத்தில்.

“கிளந்தான் அரசு இயற்கை சுற்றுச்சூழல் குறித்து கவலை கொள்வதில்லை, அக்கறை காட்டுவதில்லை. காடுகள்பற்றி பாஸ் மாநில அரசின் கொள்கை என்னவென்பது தெளிவாகத் தெரியவில்லை. மரங்கள் கண்டபடி வெட்டப்படுகின்றன. மறுநடவும் செய்யப்படுவதில்லை. நீண்டகாலமாகவே இப்படி நடந்துவருகிறது. முதிர்ந்த மரங்களைத்தான் வெட்டவேண்டும். கட்டாயமாக மறுநடவு செய்யவேண்டும் என்ற சட்டதிட்டங்கள் அம்மாநிலத்தில் இருப்பதாகத் தெரியவில்லை” என, பிஎஸ்எம் கட்சியின் மத்திய செயற்குழு உறுப்பினர் ராணி ராசையா 2015ல் ஒரு பத்திரிகைச் செய்தியில் குறிப்பிட்டிருந்ததை இங்கு நினைவுகூர விரும்புகிறேன்.

JANGAN BUNUH HAK ORANG ASLI

Cintai lah sungguh2 kita
berhenti membalak dan
wilayah orang asli

Tanah ini bukan keuntungan
Tanah ini untuk kehidupan
Orang Asli selama-lama.

Jangan di ceroboh tanah
orang asal

Jangan di tindas
terhadap orang
asli

Berhenti tenladaman
di tem... Orang...

ISU-ISU ORANG ASLI
JANGAN TAK LAYAN-LAYAN

பூர்வக்குடிகளின் வீடுகள் இடிக்கப்பட்டன. அதைத் தடுக்கும் முயற்சியில் ஈடுபட்ட பூர்வக்குடி இளைஞர்கள் தடுத்து நிறுத்தப்பட்டார்கள். அவர்களின் கைகளில் விலங்கு போடப்பட்டது. ஆதிமனிதர்கள் எனும் பூர்வக்குடிகள் வனத்துறையின் தடுப்புக் காவலில் வைக்கப்பட்டனர். பின் அவர்கள் நீதிமன்றத்திலும் நிறுத்தப்பட்டனர். கைது செய்யப்பட்ட அனைவரும் 40 வயதுக்கும் குறைவானவர்கள் என்பது குறிப்பிடத்தக்கது

கைது செய்யப்பட்ட 47 பழங்குடி இளைஞர்களுக்கு வனத்துறையும் மாநில அரசும் இழைத்த இந்தச் சம்பவம் பூர்வகுடிகள் மத்தியில் மட்டுமல்ல; இயற்கை ஆர்வலர்கள் மத்தியிலும் கொந்தளிப்பை ஏற்படுத்தியது.

210 அதிகாரிகள் வனம் புகுந்து அராஜகம் செய்துள்ளதை அங்கு எடுக்கப்பட்ட புகைப்படங்கள் உறுதிசெய்கின்றன. பூர்வக்குடிகளை அச்சுறுத்தும் அல்லது எச்சரிக்கும்விதமாக வானத்தை நோக்கி குண்டொலி எழுப்பியுள்ளனர் அதிகாரிகள்.

பலகாலமாக, காட்டு மரங்களை வெட்டி ஏற்றுமதி செய்துவரும் அரசு பாதிக்கும்மேல் வனங்களை அறுவடை செய்துவிட்டது. கன்னிக்காடு என்ற ஒன்று கிளந்தான் வனத்தில் இருக்கிறதா என்ற சந்தேகமே இருக்கிறது.

இதற்கு வன்மையான எதிர்ப்பையும் கண்டனத்தையும் தெரிவிக்கத் தொடங்கினர் பழங்குடியினர். அதன் விளைவு வனத்துறைக்கும் பூர்வக்குடிக்கும் ஏன் மாநில அரசுக்கும்கூட பயங்கர முரண்பாடு ஏற்படத் தொடங்கியது.

இதன் தீவிரம் சிலஆண்டுகள் நீடித்தவேளையில் இதன் எதிர்வினையாக பூர்வக்குடிகள் தரப்பிலிருந்து முறையான கடிதம் ஒன்று 2015 ஆம் ஆண்டு ஏப்ரல் மாதம் வனத்துறைக்கு அனுப்பப்பட்டது. அந்தக் கடிதத்தில், காட்டு மரங்களை இனியும் வெட்டக்கூடாது எனவும் அந்த நடவடிக்கை 2015 மே மாதம் தொடக்கம் அமலுக்கு வரவேண்டும் எனவும் கோரிக்கை வைக்கப்பட்டது.

ஆனால், பூர்வக்குடிகள் கண்டனமும் எதிர்ப்பும் ஒரு புறமிருக்க, தொடர்ந்து காட்டுமரங்களைச் சூறையாடுவதிலிருந்து பொறுப்பானவர்கள் பின்வாங்கவில்லை. அதன் விளைவு பழங்குடிகளை அச்சுறுத்தும் அளவுக்குக் கொண்டுபோய்விட்டது.

காடு அழிப்பு அல்லது ஆக்கிரமிப்பு பூர்வக்குடிகளின் குடில்வரை வந்துவிட்ட பிறகு, இனி பொறுத்திருப்பதில் பலனில்லை என்றுதான் போராட்டத்தில் குதித்தனர் பழங்குடி மக்கள். அதன் பலனாக வனத்துறையும், காவல்துறையும், நீதித்துறையும் அரங்கேற்றிய

நாடகம்தான் பழங்குடிகளுக்கு எதிராக நடத்திய கைது நடவடிக்கையும் நீதிமன்ற விசாரணையும்.

பிரச்னையை வெறுமனே வீட்டிலிருந்து முகநூலிலும் இணையத்திலிருந்தும் பார்க்காமல் அவர்கள் வாழும் இடத்திற்கே சென்று விவரங்களைச் சேமிக்க எண்ணம்கொண்டு நானும் தோழர் சிவா லெனினும் கிளந்தானை நோக்கிக் கிளம்பினோம்.

மழையில் நனைந்து, செம்மண் குழம்பில் 'எங்கள் உரிமையைப் பறிக்காதே' என்ற வாசகத்தோடு எங்களை வரவேற்றது குவா மூசாங் பழங்குடி கிராமம். கிராமத்திற்குள் நுழைவதற்குமுன்பே அரசு பராமரிக்கும் பழங்குடிகள் பள்ளிக்கூடத்தையும் காணமுடியும்.

குவா மூசாங் பழங்குடிகளைப் பழங்குடிகளா என்று கண்டுகொள்ளவே எங்களுக்குச் சிரமமாக இருந்தது. அவர்களின் முகம் மலாய்க்காரர்கள் முகத்தோற்றத்துடனும் நவீனவாழ்க்கை முறையிலும் இருந்தது. சற்றுத் தயங்கியே கேட்டேன்.

'மலாய்க்காரர்கள் மாதிரியான உங்கள் தோற்றத்திற்கு என்ன காரணம்?'

தெமியாங் இனத்தைச் சேர்ந்த அவர்கள், நான் அடுத்த கேள்வியைக் கேட்பதற்குமுன்பே இடைமறித்து, 'இனி அப்படி ஒரு வார்த்தையைக் கூறாதே என எச்சரித்தனர். மலாய்க்காரர்களும் நாங்களும் ஒன்றல்ல; எங்கள் தோற்றம் எப்பவும் அவர்களோடு ஒன்றாகாது. அந்த வார்த்தையைக் கேட்கக்கூட நாங்கள் விரும்பமாட்டோம்' என்றனர். அப்போதுதான் அவர்களுக்கும் மலாய்க்காரர்களாக இருக்கும் மாநில அரசுக்கும் இருக்கும் பிரச்னையையும் அதன் தீவிரத்தையும் பூர்வக்குடிகளுக்கு அவர்கள்மீது இருக்கும் கோபத்தையும் நேரடியாகவே காண முடிந்தது.

இஸ்லாமியர்களாக இருக்கும் மலாய்க்காரர்கள் மதங்கள் இல்லாத பூர்வக்குடிகளை விரும்புவதில்லை. மாறாக, அவர்களை இஸ்லாமிய மதத்திற்குள் கொண்டுவருவதற்கு ஒரு சாராரும் கிறித்துவ மதத்திற்குள் கொண்டுவருவதற்கு மற்றொரு சாராரும் முயற்சித்து வருகின்றனர். அதில் சிலருக்கு வெற்றியும் கிட்டியுள்ளது. ஆதியிலிருந்து ஆவி வழிபாட்டை மேற்கொள்ளும் மதம்சாராத பழங்குடிகள் வஞ்சிக்கப்படுவது எத்தனை கொடுமை. அதை அவர்களின் கோபம் உணர்த்தியது. இருந்தாலும் தோற்றம் சொல்லும் மாற்றத்தை ஏற்கத்தானே வேண்டும்?

"எங்களின் இருப்பிடத்திற்குள் (வனத்திற்குள்) அத்துமீறி நுழைபவர்களை நாங்கள் பொறுத்துகொண்டுதான் இருந்தோம்.

இதுவரை எங்களுக்கு ஏற்பட்ட அத்தனை இன்னல்களும் இந்த நாட்டு மக்களால் கவனிக்கப்படவில்லை. ஆனால், இப்போது எங்கள் குடில்களை இடித்துத் தள்ளுகிறார்கள்? இந்த வனத்தின் புனிதத்தைக் கெடுத்துவிட்டார்கள். வன மரங்கள் லட்சக்கணக்கில் ஏற்றுமதி செய்யப்பட்டுவிட்டன. போராட்டத்திற்கிடையில் இன்னும் மரங்கள் மண்ணில் சாய்ந்துகொண்டுதான் இருக்கின்றன. ஒவ்வொரு மரமும் வெட்டப்படும்போது எத்தனை உயிர் பறிக்கப்படுகிறது என யாருக்கும் தெரியாது.

பூர்வக்குடிகள் அணியும் தலைஆபரணம், எங்களின் அடையாளங்களில் முதன்மையானது. அதைச் செய்வதற்குத் தேவையான பொருட்கள் இனி கிடைக்காமல் போகலாம். இதைவிட பெரும் அநீதி இருக்குமா எனத் தெரியவில்லை.

அனைத்திற்கும் மேலாக எங்கள் வனத்தைக் காப்பாற்ற நாங்கள் போராடும்வேளையில், எங்களை பயங்கரவாதிகளைப்போல பிடித்துச் சென்றதும், தடுப்புக் காவலில் வைத்ததும் நீதிமன்றத்திற்குக் கையில் விலங்கு பூட்டி கூட்டிச்சென்றதும் எத்தனை கொடூரம்? வனத்தோடு பிறந்து வளர்ந்து, அதனோடு நெருங்கிய உறவுகொண்டிருக்கும் வன மக்களான எங்களுக்கு இனி, இழப்பதற்கு ஏதும் இருக்கிறதா எனத் தெரியவில்லை. வனத்தினூடான எங்கள் வாழ்வாதாரம் பறிக்கப்பட்டுவிட்டது. தண்ணீர் மாசு அடைந்துவிட்டது. வன மிருகங்களுக்குப் போக்கிடம் இல்லாமல் போய்விட்டது. எங்கும் காடழிப்பு! பெரும் துரோகம். இதற்கிடையில் மீடியாவை குறித்துப் பேசவேண்டாம் என நினைக்கிறோம்.”

நான் அதற்கு மேலும் அவர்களைச் சங்கடத்தில் ஆழ்த்த விரும்பவில்லை. மனிதத்தன்மையே இல்லாமல் நடந்துகொண்ட வனத்துறையின்மீதும் மாநில அரசின்மீதும் கடுமையான விமர்சனத்தை பழங்குடிகள் வைக்கின்றனர். மேலும் வனத்தை அழிவிலிருந்து தடுக்க அவர்கள் சட்ட நடவடிக்கையை எடுக்கவும், போராட்டத்தில் குதிக்கவும் தயாராகிவருகின்றனர்.

இதற்கிடையில், வனத்துறையின்மீது சமூக ஆர்வலர்கள் மத்தியில் பெரும் கண்டனம் எழுந்தாலும், அடுத்த ஒரு வாரத்தில் பிரச்னை நடந்ததற்கான சுவடேயில்லாமல் போனதும், பழங்குடிகள் தொடர் போராட்டம் தொடர்பான விவரம் மற்றும் மாநில அரசு அல்லது வனத்துறையின் நிலைப்பாடு குறித்த விவரங்கள் மீடியாவின் வெளிச்சத்திற்கு வராமல்போனதும் நமக்குப் பல கேள்விகளையும் சந்தேகங்களையும் எழுப்புகின்றன. ஆனால், பதில்கள் கிடைக்கும் சாத்தியம் இருப்பதாகத் தெரியவே இல்லை.

'மழைக்காடுகளின் மரணம்' என்ற புத்தகத்தில் எழுத்தாளரும், சமூக ஆர்வலருமான நக்கீரன் இப்படி எழுதியிருக்கிறார்.

போர்னியோவின் ஒரு குறிப்பிட்ட காட்டுப்பகுதி, ஒரு பழங்குடி சமூகத்தினர் வசம் இருந்தது. 1986ல் ஒரு மிகப்பெரிய நிறுவனம் வெறும் 2,000 மலேசிய வெள்ளியைக் கொடுத்து 69 லட்சம் ஏக்கர் காட்டை ஆக்ரமித்துக்கொண்டது. மில்லியன் டாலர் கணக்கில் கொள்ளையடித்த அந்நிறுவனத்திடம் அந்த அப்பாவி மக்கள் தங்கள் வாழ்வாதாரத்தை இழந்ததோடு மட்டுமல்லாமல், இறுதியில் அந்நிறுவனத்திற்கே தினக்கூலிகளாக மாறிப் போயினர். (பக்கம் 23)

அந்தக் குறிப்பிட்ட காட்டுப் பகுதியும், அந்தப் பழங்குடிகளும் எங்கள் நாட்டைச் சேர்ந்தவர்கள் என்ற விவரத்தை அறிந்தபோது எத்தனை பெரிய ஆபத்தில் பழங்குடிகள் சிக்கியிருக்கிறார்கள் என்பதை உணரமுடிந்தது. வணிக நிறுவனங்கள் செய்யும் சதி வேலைக்கு நாட்டு அரசாங்கம் எப்படித் துணைபோகிறது என்றே தெரியவில்லை. நிர்க்கதியாக நிற்பது பழங்குடிகள் மட்டுமல்ல; எங்கள் நாடும்தான்.

நானும் தோழர் சிவா லெனினும் பழங்குடிகளிடம் விடைபெற்றுத் திரும்பினோம். சாலையில் இரு கனரக லாரிகள், அங்கங்களைச் சிதைத்து மரப்பிணங்களை ஏற்றிக்கொண்டு எங்களைக் கடந்து சென்றன. நக்கீரன் சார், அந்தப் புத்தகத்தில் குறிப்பிட்ட ஒரு செய்தியை நான் சிவாவிடம் கூறத் தொடங்கினேன்.

"மரங்களை இழந்த நாடு என்னவாகும்? கடைசி மரம் வரை வெட்டி சாய்த்து எல்லா உயிரினங்களும் அழிய, இறுதியில் உண்ண உணவில்லாமல் ஒருவரை ஒருவர் வெட்டித் தின்று ஒரு மனிதர் கூட எஞ்சாத 'ரப்பானுய்' தீவு காலியான வரலாற்றை நாம் ஏன் மறந்து போகிறோம்?"

ஆக்காட்டி 2017

காமன் திருவிழா எனும் காமெடி திருவிழா

இஸ்லாமிய மதத்தை தேசிய மதமாகக் கொண்ட மலேசியாவில், காமத்தை பொதுப்படையாகவும் வெளிப்படையாகவும் பேசுவதில் சிக்கல் இருக்கிறது. அது சட்டரீதியான பிரச்சனையில் கொண்டுபோய் சேர்த்துவிடும். மலேசியத் தமிழ்மரபு, காமம் என்பதை மூடியிருக்கும் கதவுகூட அறியக்கூடாது என்று சொல்கிறது. அந்தளவுக்கு புனிதம் காக்கிறார்கள். மலேசியத் தமிழர்களாக இருந்தாலும், காமனுக்கு விழா எடுத்துக் கொண்டாடிய மரபுவழி வந்தவர்கள் இல்லையா நாங்கள்? காமத்தின் அர்த்தம் புரியாமலேயே மேம்போக்கான ஓர் அர்த்தத்துடன் ஏதோ புரிந்துவைத்திருக்கிறோமே ஒழிய நாங்கள் காதலைக்கூட சரியாகத்தான் புரிந்திருக்கிறோமா என்றுகூடத் தெரியவில்லை.

'காமண்டித் திருவிழா' அல்லது 'காமன் திருவிழா' குறித்து நம்மில் பலருக்குத் தெரிந்திருக்கும். 14 மாநிலங்கள் கொண்ட மலேசியாவில் கிட்டத்தட்ட எல்லா மாநிலங்களிலும் தமிழர்கள் வாழ்ந்தாலும், இந்தத் திருவிழா இரண்டு இடங்களில் மட்டுமே கொண்டாடப்பட்டு வருகிறது. இருப்பினும் நெகிரி செம்பிலான் மாநிலத்திலுள்ள, சிரம்பான் வட்டாரத்தின் பாஜாம் எனுமிடத்தில் இந்தத் திருவிழா கொண்டாடப்பட்டது என்று கூறப்பட்டாலும் அங்கிருந்து எந்தப் பதிவையும் பெறமுடியவில்லை. தற்போது அந்த இடத்தில் காமன் திருவிழா கொண்டாட்டம் முற்றிலுமாக நிறுத்தப்பட்டுவிட்ட நிலையில், சிலாங்கூர் மாநிலத்திலுள்ள டெங்கில் வட்டாரத்தின் அம்பார்ட் தெனாங் எனுமிடத்தில் 4 தலைமுறைகளாக அதன்

பாரம்பரியம் தவறாமல் இன்றும் கொண்டாடப்பட்டு வருகிறது. காமன் திருவிழா, காமண்டித் திருவிழா என்ற சொல்லாடல்கள் காலப்போக்கில் மருவி, இந்த வட்டார மக்களிடையே 'காமெடி திருவிழா' என அழைக்கும் வழக்கம் வந்துவிட்டது. சாதாரணமாக, திருவிழாவிற்கு அழைப்பு விடுக்கும்போது காமெடிக்கு வந்திருங்கள் என்றுதான் அழைக்கிறார்கள். காமன் திருவிழா முடியும்வரை ஊர் முழுதுமே கட்டுப்பாட்டுடன் இருக்கிறார்கள். கொடியேற்றப்பட்டதும் ஊர் எல்லையை தாண்டக்கூடாது என்ற கட்டுப்பாடு இருக்கிறது. மேலும் வெளியூர்ப் பயணங்கள் செல்வதும் தவிர்க்கப்படுகிறது.

தமிழ்நாட்டைச் சேர்ந்த முனியாண்டி என்பவர் முதன்முதலாக இந்த இடத்தில் திருவிழாவை தொடங்கியிருக்கிறார். தமிழ்நாட்டில் அவர் எந்த மாகாணத்தைச் சேர்த்தவர் என்ற விவரமும், எதற்காக காமன் திருவிழாவை இங்கு தொடங்கினார் என்ற தகவலும், அது எந்த ஆண்டு தொடங்கப்பட்டது உள்ளிட்ட விவரங்களும் ஆவணப்படுத்தவில்லை. முனியாண்டி என்ற பெயரை மட்டும் வைத்துக்கொண்டு ஆராய்ந்தால் மதுரை, தஞ்சை மாவட்டங்களிலிருந்து வந்தவராக இருக்கலாம் என்று ஆரூடம் கூறலாம். அந்த இடங்களில் காமன் பண்டிகை கொண்டாடியதற்கான பதிவுகள் சங்க இலக்கியங்களில் இருப்பதுடன், இன்றும் அங்கு கொண்டாடப்பட்டும் வருகிறது.

முனியாண்டியின் மகன்வழிப்பேரன் தற்போது இந்த திருவிழாவுக்கான முதல் மரியாதையைப் பெற்றுவருகிறார். திருவிழா அவரின் தலைமையிலேயே நடத்தப்படுகிறது. முனியாண்டிக்கு அவரின் தாத்தா குறித்த விவரங்களும், திருவிழாவிற்கான நோக்கமும் தெரியவில்லை. நிறைய திருவிழாக்கள் இருக்க, முனியாண்டி காமன் திருவிழாவை முன்னெடுத்ததற்கான நோக்கம் யாருக்கும் தெரியவில்லை. பரம்பரை பரம்பரையாக அவரின் வாரிசுகள் இந்தத் திருவிழாவை ஊர் மக்களின் ஆதரவோடு நடத்திவருகிறார்கள்.

மாசி மாதத்தில் செய்யப்படும் இந்த விழா 22 நாட்களுக்கு நடைபெறுகிறது. எனக்குத் தெரிந்தவரையில் மலேசியாவில் வேறு எந்தத் திருவிழாவும் இத்தனை நாட்களுக்குக் கொண்டாடப்படுவதில்லை. டெங்கில் வட்டாரத்தில் அம்பார்ட் தெனாங்கில் கொண்டாடப்படும் இந்த விழாவை அவ்வட்டார மக்கள் புறக்கணிப்பதில்லை. காரணம், இந்த விழாவில் கலந்துகொண்டு வேண்டிக்கொண்டால், மன்மதனும் ரதியும் தங்கள் குறைகளைத் தீர்த்துவைப்பதாக அவர்கள் நம்புகிறார்கள். குறிப்பாக, குழந்தை இல்லாதவர்கள் இந்தத் திருவிழாவின்போது விரதம் இருந்து வேண்டிக்கொள்கிறார்கள். இந்த வேண்டுதலுக்குப் பிறகு குழந்தை பாக்கியம் கைகூடும்போதுபட்சத்தில், மறுஆண்டு காமன் திருவிழாவில் நேர்த்திக்கடனை நிறைவேற்றுகிறார்கள்.

மேலும், தன் தவக்குழந்தை ஆண் என்றால் மன்மதன் என்றும் பெண் என்றால் ரதி என்றும் பெயர் சூட்டுகிறார்கள். இதனாலேயே அந்த வட்டாரத்தில் மன்மதன், ரதி பெயர்கொண்டவர்கள் நிறைய இருக்கிறார்கள். திருமணம் தள்ளிப்போவது, காதல் கைகூடுவது, சொத்துப் பிரச்சினை, தேர்வில் வெற்றிபெறுவது உள்ளிட்ட பிரச்சனைக்கும் இந்த வட்டார மக்கள் நம்பிக்கையோடு மன்மதன் ரதியை வேண்டிக்கொள்கின்றனர். இந்த ஆண்டு காமன் பண்டிகை மாசி மாதம் 12ஆம் நாள் அதாவது, பிப்ரவரி 24 தொடங்கி மார்ச் 11 வரை நடைபெற்றது. இந்தத் திருவிழாவின் முதல் நாள் நிகழ்வு மிகவும் முக்கியமானதாகும். கரகம் பாலித்தல், பூமிபூஜை செய்து காசு செலுத்துதல், கம்பம் நட்டு காப்புக் கட்டுதல் உள்ளிட்ட மரபு சார்ந்த விஷயங்கள் செய்து முடிக்கப்படும். இந்தப் பூஜைகளைக் குறித்து சற்று விளக்கமாகப் பார்க்கலாம். கரகம் பாலித்தலில் பெரிய விளக்கம் சொல்வதற்கில்லை. அது எல்லா திருவிழாவிலும் நடக்கக்கூடிய முறையிலேயே இருக்கிறது.

பூமிக்கு காசு கொடுத்தல்

காமன், ரதியிடம் நேர்த்திக்கடனை வைப்பவர்கள் கையில் சில்லறை நாணயங்களோடு கம்பம் நடுவதற்குத் தோண்டியிருக்கும் இடத்தில் காத்திருக்கின்றனர். பூசாரி பூமி பூஜைகளின் சடங்குகளை முடித்துக்கொண்டு வேண்டுதல்காரர்களுக்கு உத்தரவிடுகிறார். மனதார பிரார்த்தனை செய்துகொண்டு குழியில் நாணயங்களைப் போடுகிறார்கள். வேண்டுதலுக்காகப் பூமிக்கு அர்ப்பணித்த காசை யாரும் மீண்டும் பெற்றுக்கொள்வதில்லை. (தற்போது சாங்கியத்திற்காக கொஞ்சம் காசை குழியில் போட்டுவிட்டு, கோயில் திருவிழா செலவிற்காக மீதிப் பணத்தை எடுத்துக்கொள்வதை அங்கு காண முடிந்தது.)

கம்பம் நடுதல்

காமன் திருவிழாவில் இந்தக் கம்பம் நடுதல் என்பது மிக முக்கியமான சடங்காகும். ஒரு பெரிய திடல் இதற்காகத் தேர்ந்தெடுக்கப்பட்டு காசு போடுவதற்கான குழியும் தோண்டிவைக்கப்படுகிறது. காசு கொடுக்கும் அந்தக் குழியில்தான் கம்பம் நடப்படும். அந்தாண்டு திருவிழாவுக்கான தலைமைப் பொறுப்பை எடுப்பவர் கரும்பு, செங்கரும்பு, வேம்பு, மா உள்ளிட்ட கம்புகளாலும் வைக்கோல்களாலும் இறுக்கி கட்டப்பட்ட கொடிக்கம்பத்தை தோளில் சுமந்துவருவார். அவருக்கு முன்னால் பறையிசை முழங்கப்படுகிறது. தோளில் சுமந்துவரும் கம்பம், முடிந்தவரை பச்சையாக இருப்பது அவசியம்.

காரணம், அந்தக் கம்பம்தான் மன்மதனாகப் பாவிக்கப்பட்டு 16 நாட்களுக்கு பூஜைகள் செய்யப்படும். மன்மதன் பச்சைவர்ணம் கொண்டவன் என்பது பலருக்கும் தெரிந்த விடயம்தான். தமிழ்நாட்டில் பேக்கரும்பு, கொட்டாமணக்கு, சித்தகத்தி மற்றும் காதோலை, கருகமணி உள்ளிட்ட பொருள்களைக் கொண்டு இந்தக் கம்பத்தை செய்து ஊன்றுகிறார்கள். இவை மன்மதனின் உடைமையாகவும் பாவிக்கப்படுகிறது.

இவ்விரு சடங்குகளுக்குப் பிறகு இந்தத் திருவிழாவில் பொறுப்பெடுத்திருப்பவர்களுக்கு காப்புக் கட்டப்படும். இவர்கள் 16 நாள்களுக்கு நோன்பு இருக்கவேண்டும். இறுதியாக, பிரசாதம் கொடுப்பதோடு அன்றைய நாள் முடிவடையும்.

மூன்றாம் நாள்

திருவிழாவின் மூன்றாம் நாளில் ரதி, மன்மதன் ஜோடியைத் தேர்ந்தெடுக்கிறார்கள். ரதியாகவும், மன்மதனாகவும் வேஷம் புனைய சிறுவர்களையே தேர்ந்தெடுக்கிறார்கள். திருவிழாவின் இறுதி நாட்களில் மன்மதனும், ரதியும் ஒருவரை ஒருவர் தாக்கிக்கொள்ளும்படியான ஒரு காட்சி இடம்பெறும். அதில் ஏற்படும் அசம்பாவிதத்தைத் தவிர்க்கும்நோக்கில் சிறுமிகளை இந்த வேஷம் கட்டுவதிலிருந்து தவிர்த்திருக்கலாம் என்பது என் எண்ணம். வேண்டுதலின் நோக்கத்திலோ அல்லது விருப்பத்தின் பெயரிலோ பெயர்கள் எழுதிப்போட்டு தேர்ந்தெடுக்கப்படும் இரு பெயர்களில் ஒருவர் ரதியாகவும் மற்றவர் மன்மதனாகவும் வேடம்புனைவர். தேர்ந்தெடுக்கப்பட்ட சிறுவர்கள் காப்பு கட்டிக்கொண்டு நோன்பை கடைப்பிடிக்கின்றனர். அவ்வருடத்தின் ரதிமன்மதன் ஜோடியாக கடவுள் யாரை தேர்வுசெய்கிறார் என்பதைக் காண பலரும் ஆவலாக ஒன்றுகூடுகின்றனர்.

6வது நாளிலிருந்து கோயில் உபயத்துடன் மன்மதன், ரதி ஆட்டம் நடைபெறும். பெரிய ஒரு விழாவுக்கான ஒத்திகையாகவும் மேலும் ரதி மன்மதனே வேஷம் புனைபவர்களின் உடம்பில் இறங்கி ஆடவேண்டும் என்பதற்காகவும் தினமும் மன்மதன், ரதி ஆட்டம் வைக்கப்படுகிறது. ஆனாலும் இந்தக் காலகட்டங்களில் அவர்கள் எந்த அலங்காரமும் செய்துகொள்வதில்லை.

காமன் பண்டிகையின் 9ஆம் நாள் கம்பத்தைச் சுற்றி பூப்பந்தல் அமைக்கப்படும். அன்றைய தினம் ரதி, மன்மதன் ஆட்டம் ஆடுபவர் முழு வேஷம்கட்டி ஆடுவார்கள். மேலும் பறையடித்து காமன் பண்டிகைக்கான லாவணிப் பாடலையும் பாடுவார்கள். அன்றிலிருந்து 14ஆம் நாள்வரை வேஷம்கட்டி ஆடுதல் தொடர்ந்து நடைபெறும். இந்தத் திருவிழாவின் பெரிய கொண்டாட்டமே 15வது நாள் இரவு தொடங்கி மறுநாள்வரை தொடர்கிறது. அந்தநாள் மாசி

மாதத்தில் வரும் பௌர்ணமியாக அமைகிறது. காமன் பண்டிகையைப் பொறுத்தவரை காமன் பண்டிகையைக் கொண்டாடுவதற்கான வசந்த விழா அதுதான் எனவும் கருதப்படுகிறது.

பதினைந்தாம் நாள்

பஞ்சாங்கம் பார்த்துக் கணித்த நேரத்தில் விசேஷ பூஜை, ஆராதனைகள், பிரசாதம் வழங்குதலைத் தொடர்ந்து ரதியும் மன்மதனும் முழு அலங்காரத்துடன் வேஷம்கட்டி ஆடுவார்கள். அவர்கள் ஆடுவதற்குமுன்பு ரதி, மன்மதன் ஜோடிக்கு அன்றைய விழாவின் தலைமைப் பொறுப்பை எடுத்தவர்களும், அவர்களின் குடும்பம் சார்ந்தவர்களும் மாலை அணிவிக்கும் சடங்கு நடைபெறும். பின் மன்மதன், ரதி இருவர் இடுப்பிலும் நீண்ட துணி கட்டப்பட்டு அவர்களை இழுத்துப் பிடித்திருப்பார்கள். பறை அடித்து லாவணி பாட, இந்த ஜோடி அருள்வந்தமாதிரி ஆடத் தொடங்குகின்றனர். எதிரியை தாக்கக்கூடியவகையில் கண்களில் வெறியோடு அவர்கள் நெருங்கிவருவதும், அப்படி நெருங்கும்போது அதைத் தடுத்து இழுத்து நிறுத்துவதும் தொடர்ந்து சில மணி நேரங்களுக்கு நடக்கிறது. கணவன், மனைவியான ரதியும் மன்மதனும் எதற்காக அத்தனை ஆக்ரோஷத்துடன் நடந்துகொள்கிறார்கள் என்ற கேள்விக்கு நாம் புராணக் கதையை நோக்கிப் போகவேண்டியிருக்கிறது.

'காமுட்டி' என்கிற காமதகனம்

சிவனின் தவத்தை கலைக்கக் கிளம்பிய மன்மதனிடம் ரதி தனது கனவில் எமன் உள்ளிட்ட பூதகணங்கள் வருவதாகக்கூறி தடுத்தாள். ஆனாலும் அதை எதையும் கேட்காமல் தனக்கிட்ட கட்டளையை நிறைவேற்ற, கரும்பு வில்லில் நாண்பூட்டி சிவனின்மீது எய்தார் மன்மதன். இதனால் சினங்கொண்ட சிவபெருமான் கோபத்தில் மன்மதனை எரித்துவிடுகிறார். பின்பு ரதி, சிவனிடம் மன்றாடி முறையிடுகிறாள். மனம் இறங்கிய சிவன் ரதிக்கு மட்டும் தெரியும்படி மன்மதனை உயிர்த்தெழச் செய்தார்.

அதாவது, சிவனின் தவத்தைக் கலைக்க கிளம்பிய மன்மதனை, ரதி தடுத்து நிறுத்தும் காட்சிதான் அங்கு நிகழ்த்தப்பட்டுக்கொண்டிருக்கிறது. கட்டங்கட்டமாக காமன், ரதி ஆட்டம் தீவிரமடையும்போது இருவர் கையிலும் மலர்களால் அலங்கரிக்கப்பட்ட வில் கொடுக்கப்படுகிறது. அதைக் கையில் பிடித்துக்கொண்டு ஒருவரை ஒருவர் நோக்கிப், போய்ப்போய் திரும்புவர். வில்லுக்கான நாண் இருக்காது.

இவர்களை நெருங்கவிடாமல் பிடித்திருக்கும் இறுக்கம் கொஞ்சம் தளர்ந்தாலும் மிகக் கடுமையாக ஒருவரையொருவர் தாக்கிக் கொள்கிறார்கள். இந்த அசம்பாவிதம் நடக்காமல் இருப்பது துணியைப் பிடித்திருப்பவர்களின் கையில்தான் இருக்கிறது. இதற்கிடையில் கடந்தாண்டுகளில் காமன் ரதி வேஷம் புனைந்து ஆடியவர்கள் திருவிழாவிற்கு வந்திருப்பார்களேயானால் அவர்களையும் கவனமாக கண்காணிக்கிறார்கள். காரணம், எந்த நேரத்திலும் அவர்கள்மீது மன்மதனோ, ரதியோ வந்து இறங்கி தற்போது வேஷம் புனைந்திருப்பவர்களை ஆவேசம்வந்து தாக்கக்கூடும்.

லாவணிப் பாடலும் (சம்வாதம்) ஒப்பாரியும்

ரதி, மன்மதன் திருவிழாவுக்கென்றே கூத்துவகையைச் சேர்ந்த பாடல்வரிகள் இருக்கின்றன. ரதி, மன்மதனைப் போகவிடாமல் தடுப்பதும் அதற்கு மன்மதன் சிவனை பழித்துப் பாடுவதைப்போன்றும் சம்வாதம் நடக்கும். டெங்கில் வட்டாரத்தைப் பொறுத்தவரை காமன் திருவிழா சார்ந்த எதையுமே ஆவணப்படுத்தவில்லை.

நான்கு தலைமுறைகளாக இந்தத் திருவிழாவை எப்படி வழிவழியாக முன்னெடுக்கிறார்களோ அதேபோல, இந்த விழாவுக்குப் பாடுபவர்களும் பரம்பரை பரம்பரையாக வருகிறார்கள். இருந்தாலும் மூன்றாம் தலைமுறையோடு அதன் ஆர்வமும் பற்றும் அறுந்து, தற்போது அவர்களின் வாரிசுகள் கடமைக்காக பாடிக்கொண்டிருக்கிறார்கள்.

பரம்பரையாய் கைமாறி வந்த கையெழுத்துப் பிரதிகள் நடுவில் பல பக்கங்களைத் தொலைத்துவிட்டு நிற்கிறது. அதாவது, சில பாடல்களை மட்டும் வைத்துக்கொண்டு அதை விழா முடியும்வரை திரும்பத்திரும்ப பாடுகின்றனர். மேலும் பல வாரிசுதாரர்களுக்குப் பாடுவதில் விருப்பமில்லாமல் ஒதுங்கியும் உள்ளனர். தற்போது மாரியாயி, நிஷா போன்றவர்கள் கடந்த 10 ஆண்டுகளாக வாரிசுப் பாடகர்களாக இருந்துவருகின்றனர்.

மூன்றாம் தலைமுறையைச் சேர்ந்த காமாட்சி என்பவர், தொடர்ந்து காமன் பண்டிகை திருவிழாவில் பாடிவந்தாலும் அவரிடமும் முழுமையான பாடல்வரிகள் எதுவும் இல்லாதது வருத்தமான விஷயமாகும். மலேசியாவில் ஒரே ஒரு இடத்தில் கொண்டாடப்பட்டுக் கொண்டிருக்கும் இந்தத் திருவிழாவிற்கான ஆவணங்கள் அதன் மதிப்பும் அருமையும் தெரியாமலே போய்க்கொண்டிருக்கிறது.

இங்கு காமன் பண்டிகை விழாவில் பாடப்படும் பாடலின் சில வரிகள்.

38 முனிவர்கள் எல்லாரும்   (இரு முறை)
48 ரிஷிமார்கள் எல்லாரும் (இரு முறை)
உன்னை அழைத்து வரச்சொல்லி
ஆள் வந்து நிக்குதடி (இரு முறை)

சண்டைக்கு போறேனென்று
ரதி தகராறு பண்ணாதே
போனால் வரமாட்டேன்
பொடிப்பொடி ஆயிருவேன்
என்னைப் போக விடைகொடுடி
நான் போய் வரேன் தேவசபை
(மன்மதன் ரதிக்குப் பாடும்படியான பாடல் வரிகள்)

'*கரும்பு வில் மன்மதனே*
கங்காளன் மருமகனே
அரும்பு வில் ஏந்தும் கரனே
அருங்கிளி வாகனனே

துரும்பையா ஈசனுக்கு
துணிந்தெதிர்க்கப் போகாது

குறும்பு புரிந்தோர்க்கு அவர்
கோபமது பொல்லாது

கனிந்தவரை யாரிப்பார்
பணிந்தவர்களுக்கு வரமளிப்பார்
துணிந்தவரை ஜெயிப்பார்
தொண்டர்களுக்கு அருள்புரிவார்

என் தந்தை பெருமைதனை
தானுரைப்பேன் கேளுமையா
அர்த்தமுள்ள மன்மதரே
அன்புடைய அங்கையரே"

(ரதி பாடும்படியான பாடல் வரிகள்)

காமனை எரித்தபிறகு பாடப்படும் ஒப்பாரிப் பாடலுக்கான வரிகள் இந்த வட்டார மக்களிடத்தில் இல்லை. 'இலக்கியமும் பண்பாட்டு மரபுகளும்' என்ற புத்தகத்தில் பா.ஆனந்தகுமார் எழுதியிருக்கும் காமன் பண்டிகை கட்டுரையில் குறிப்பிடப்பட்டிருக்கும் ஒப்பாரிப் பாடல் இப்படி பாடப்படுகிறது.

இன்னக்கி தங்க டம்ளருல, தங்க டம்ளருல
நான் தண்ணீரு கொண்டு வந்தேன்
இன்னக்கி தண்ணீரு வேண்டாமுனு
எனக்கு வாச்சிட்ட சீமானே ஐயா நீங்க
ஒரு தங்கரதம் கேட்டிங்களோ   (அழுகை)

காமனை எரித்து மூன்றாவது நாள் செய்யப்படும் கருமாதி சாங்கியத்தில் பாடப்படும் பாடல் இவ்வாறு இருக்கிறது.

"வாசவனும் கேசவனும் வாகான காசிலிங்கம்
இராவணனைக் கொன்ற லிங்கம் இராஜகோபால லிங்கம்
தட்டி எழுப்புமய்யா சாம்பலாய் போனவரை
திட்டிச் செலுப்புமய்யா திருநீறாய்ப் போனவரை"

பதினாறாம் நாள்

காமத் தகனமும் உயிர்ப்பித்தலும் காமன்கூத்தின் பிரதான அம்சமாக உள்ளன. அதிகாலை ஒரு மணிக்குக் காமன், ரதி திருமணம் வைபோகம் மரபு மாறாமல் நடக்கிறது. அதன்பிறகு அதிகாலை மூன்று மணிக்கு சிவன் தரிசனமும், மன்மதனை சிவன் நெற்றிக்கண்ணால் எரித்து, மன்மதனாக கருதப்படும் கம்பத்துக்கு தீ மூட்டுதல் சம்பூர்த்தியும் நடைபெறும். விடியும்போது காமனாக வைத்திருக்கப்பட்ட கம்பமும் பூப்பந்தலும் இருந்த சுவடு தெரியாமல் எரிக்கப்பட்டிருக்கும். அதன்பிறகு மிகவும் சோகமான சடங்கு நடைபெறும். தாலியினை அறுத்து ரதிக்கு வெள்ளைச்சேலை உடுத்தி வீடுவீடாக மடிப்பிச்சை எடுக்கும் சடங்கு அதிகாலை மூன்று மணிக்கு நடக்கிறது. இந்தக் காட்சியை பெண்களும் குழந்தைகளும் காண்பதற்குத் தடை செய்யப்படுகிறது. இந்தச் சடங்கின்போது ஒப்பாரிப் பாடலைப் பாடுகிறார்கள்.

காமனை எரித்த இடத்தில் கோழிக்குஞ்சு ஒன்றைக் கட்டுகிறார்கள். இந்திய மரபில் இருக்கும் ஒரு சடங்குதான் இது என்றாலும் இப்படிக் கட்டாவிட்டால் மன்மதன் வேடம் போட்டவருக்கு ஆபத்து ஏற்படும் என்று சொல்லப்படுகிறது. பதினேழாம் நாள் மன்மதனுக்கு விளக்கு ஏற்றிவைத்தலும், பதினெட்டாம் நாளிலிருந்து இருபத்து ஒன்றாம் நாள் வரை பால் ஊற்றும் சடங்கும் நடைபெறும். இதற்கிடையில் மன்மதனை எரித்த மூன்றாம்நாளில் கருமாதியும் அதுசார்ந்த சடங்குகளும் செய்யப்படுகின்றன.

22ஆம் நாள்தான், காமன் பண்டிகை மரபுப்படி, ரதியின் வேண்டுதலுக்கு மனமிறங்கி ரதிக்கு மட்டும் தெரியும்படியாக மன்மதனை உயிர்ப்பிக்கும் சடங்கு நடக்கிறது. இதோடு இந்தக் காமன் பண்டிகை விழாவும் முடிவடைகிறது.

தமிழர்கள் வாழும் இடங்களிலெல்லாம் எங்கேயாவது ஓர் மூலையில் இந்தக் காமன் திருவிழா நடந்துகொண்டுதான் இருக்கிறது என்பதற்கு இணையப் பதிவுச் சான்றுகளின்வழி அறியமுடிகிறது. குறிப்பாக, மலையகத்தில் நடக்கும் காமன்கூத்து தொடர்பாக குழந்தைவேல் ஞானவள்ளி என்பவர் எழுதியிருக்கும் கட்டுரையை வாசிக்கும்போது, மலேசியாவில் நடக்கும் காமன் பண்டிகையோடு நிறையப் பொருந்திப்போகிறது. ஆனாலும் அங்கு அதிகமான கதா பாத்திரங்களைக் கொண்டு வேஷம்கட்டி திருவிழாவை செழுமை செய்கிறார்கள். மலேசியாவில் இரண்டே கதாபாத்திரங்கள்தான்.

தேவர்களுள் அழகில் மிகுதியானவனாகக் கருதப்படும் மன்மதனுக்கான பெயர்களை, காமதெய்வன், அனங்கன், மகரக் கொடியுடையோன், ரதிகந்தன், மாறன், கந்தர்வன், மதனன், புஷ்பவனன், புஷ்பதானுவன், வசந்தன் என அடுக்கிக்கொண்டே போகலாம். சங்கத் தமிழ் இலக்கியங்களில் மன்மதன், திருமாலின் மகன் என்றும் அவர் பிரம்மாவின் மானசீகப் புதல்வன் என்றும் வெவ்வேறு கதைகள் கூறப்படுகின்றன. ரதி, சிவனின் மகள் என்றும், தட்சனின் வியர்வையிலிருந்து தோன்றியவள் எனவும், இரு மாறுபட்ட கதைகள் ரதிக்கும் உண்டு.

மன்மதன், ரதி இருவருக்கும் கொஞ்சுங்கிளி வாகனமும், கரும்பு வில்லும் பொதுவாக இருந்தாலும் காமக்கணையைத் தொடுக்கும் வேலையை மன்மதன் ஒருவரே செய்கிறார். ரீங்காரமிடும் வண்டுகளை நாணாக்கி முல்லை, மாம்பூ, தாமரை, அசோகம், அல்லி ஆகிய மயக்கும் மலர்களால் செய்த அம்பினை எய்யும் மகத்தான காதல் பணியை ரதி செய்தாள் என்பதற்கான சான்றை நான் எந்தப் பதிவிலும் வாசித்ததாக நினைவில் இல்லை. தாலியறுத்து, வெள்ளைச்சேலை அணிவிக்கப்பட்டு ரதி புலம்புகிறாள், கடல்கடந்தும் அழுதுகொண்டே இருக்கிறாள்... ஒவ்வொரு வருடமும்.

யோகி ● 103

நான் உன்னை மீண்டும் சந்திப்பேன் அம்ரிதா பிரீதம்

(31.08.1919 - 31.10.2005)

உங்களுக்குப் பிடித்த பெண் கவிஞர் யார் என யாராவது கேட்டால், கொஞ்சம்கூட யோசிக்காமல் நான் சொல்லும் பெயர் அம்ரிதா பிரீதம். எப்போதிலிருந்து அந்தப் பெயரை உச்சரிக்கத் தொடங்கினேன் என யோசிக்கிறேன். என் சிந்தனை பலவாறாக வேர்விட்டுச் செல்கிறது. இருப்பினும், அவர் எப்படி எனக்குள் இத்தனை தீவிரமாக இடம்பிடித்தார் என்பதை அறியமுடியவில்லை.

கவிஞர், நாவலாசிரியர், கட்டுரையாளர் என பன்முகத்தன்மை கொண்ட ஆளுமைதான் அம்ரிதா பிரீதம். பாகிஸ்தானின், பஞ்சாப் பகுதியில் இருக்கும் குஜ்ரன்வாலாவில் பிறந்த அவர், தனது 11 வயதில் தாயை இழந்தார், தந்தையோடு லாகூருக்கு இடம்பெயர்ந்த சில வருடங்களில் பிரீதம் சிங் என்பவரோடு திருமணம் நிகழ்ந்தது.

திருமண வாழ்வு சந்தோஷகரமாக அமையாமல் விவாகரத்துப் பெற்றார். தனது திருமண வாழ்வில் நிகழ்ந்த கசப்பான அனுபவங்களை ஒளிவுமறைவில்லாமல் பத்திரிகைகளில் எழுதினார். அது அவருக்குப் பெண்ணிய எழுத்தாளர் என்ற கௌரவத்தைப் பெற்றுத்தந்தது.

அம்ரிதா ஆரம்பகாலங்களில் காதலும், வீரமும் கலந்த கற்பனைக் கவிதைகளையே எழுதினார். பின்னர் அவரின் கவிதைசார்ந்த பார்வையும் பாடுபொருளும் மாறத் தொடங்கின. 1947ல் இந்தியா, பாகிஸ்தான் பிரிவினையின்போது நிகழ்ந்த வன்முறைகளை, படுகொலைகளை மையப்படுத்தி 'வாரிஸ் ஷா என்ற பஞ்சாபிக்

கவிஞருக்கான சிறுபாட்டு' என்ற கவிதையை எழுதினார். அந்தக் கவிதை மிகவும் பிரசித்திபெற்றது. தொடர்ந்து, இரு நாடுகளுக்கான பிரிவினையை அடிநாதமாகக் கொண்ட Pinjar (எலும்புக்கூடு) என்ற அவரின் நாவல், பெண்கள்மீது செலுத்தப்பட்ட, செலுத்தப்படும் அடக்குமுறைகள் மற்றும் வன்முறைகளை தெளிவாகப் படம் பிடித்துக் காட்டியது.

இப்படியாக, நவீன பஞ்சாபி இலக்கியத்தில் அம்ரிதாவின் குரல் இன்றியமையாததாக நிலைத்தது. சாகித்ய அகாடமி விருது அவரின் 'செய்திகள்' என்ற நீண்ட கவிதைக்காகவும், ஞானபீட விருது அவரின் 'காகிதமும் கேன்வாஸும்' என்ற கவிதை தொகுப்புக்காகவும் வழங்கப்பட்டன. அவரின் சுயசரிதையான 'ரெவென்யூ ஸ்டாம்ப்' மற்றும் 'காகிதமும் கேன்வாஸும்' போன்ற படைப்புகளின் பட்டவர்த்தனமான, நேர்மையான தன்மைக்காக மிகுந்த விமர்சனங்களுக்கு உள்ளாகின.

ஏறக்குறைய 70 வருடகாலமாக எழுதிவந்த அம்ரிதா, 24 நாவல்களும் 23 கவிதைத் தொகுதிகளும் 15 சிறுகதை தொகுதிகளும் வாசகர்களுக்கு வழங்கியுள்ளார். பத்மஸ்ரீ மற்றும் பத்மவிபூஷண் போன்ற உயரிய விருதுகளும் அவருக்கு வழங்கப்பட்டன.

அம்ரிதாவின் வாழ்க்கையில் இரண்டு மனிதர்கள் மிகவும் முக்கியத்துவம் வாய்ந்தவர்கள். சாகிர் லுதியான்வி என்ற கவிஞர், மற்றொருவர் இம்ரோஸ் என்ற ஓவியர்.

அம்ரிதா, சாகிர் லுதியான்வி இவர்களுக்கிடையே கவிதை வாசிப்பு ஒன்றில் நிகழ்ந்த சந்திப்பு காதலாக மலர்ந்தது. அக்காதல் கடிதப் போக்குவரத்தில் தொடர்ந்தது. தனது கணவர் பிரீதம் சிங்கிடம் ஏற்பட்ட மனக்கசப்பு அனைத்தும் சாகிர்மூலமாக அம்ரிதாவின் மனம் பெரும் ஆறுதல் பெற்றுக்கொண்டது.

சாகிரை, 'என் கடவுள்', 'என் தேவதை', 'என் கவிஞன்' என்று, தனது சுயசரிதையில் குறிப்பிடுகிறார். ஆனால் இன்னொரு பெண்ணின் வருகையால் சாகிர், அம்ரிதாவை விட்டு விலகத் தொடங்க, அம்ரிதா மிகவும் உடைந்துபோகத் தொடங்கினார். அப்போது அம்ரிதாவின் நெருங்கிய நண்பரும் ஓவியருமான இம்ரோஸ் அக்கறையோடு அம்ரிதாவை கவனித்துக் கொண்டார்.

அம்ரிதா மிகுந்த மனஉளைச்சளோடும், காதல் தோல்வி போன்ற குழப்பங்களில் சிக்கியிருந்த சமயத்தில் இம்ரோஸ், அம்ரிதாவை காதலிக்கத் துவங்கினார். ஆனால் அம்ரிதாவோ, சாகிரை நினைத்தபடி காலம் கழித்துவந்தார். பிறகு ஒருநிலையில் இம்ரோஸுடன் அமைதியாக வாழத் துவங்கினார். ஆனாலும் சிலசமயங்களில் இம்ரோஸின் ஸ்கூட்டரில் ஏறிப்போகும்போது சாகிரின் பெயரை தனது விரல்களின்

நுனிகளால் இம்ரோஸின் முதுகில் எழுதுவாராம். அது தெரிந்தும் இம்ரோஸ் எதையும் காட்டிக்கொள்ளாமல் அமைதியாகவே இருந்து விடுவாராம். சாகித்ய அகாடமி பரிசு அறிவிப்பைக் கேட்டவுடன் அம்ரிதா தொலைபேசியை கீழே போட்டுவிட்டு, 'அந்தக் கவிதையை நான் சாகிருக்காக எழுதினேன், இந்தப் பரிசுக்காக அல்ல' என்று கூறி அழுதாராம்.

சாகிர்மீது எத்தனை காதல் இருந்தபோதும், 'இம்ரோஸ் அம்ரிதா: காதல் கதை' என்ற நூலில், இம்ரோஸ்மீதான தனது அபிமானம், காதல் அனைத்தையும் தெளிவாகக் கூறியிருக்கிறார் அம்ரிதா. நாற்பது வருடங்கள் இம்ரோஸ்-அம்ரிதா திருமணம் இல்லாமல், ஒன்றாக வாழ்ந்துவந்தனர். அவர்களுக்கு ஒரு மகனும், மகளும் உள்ளனர். இந்நிலையில், அம்ரிதா கழிவறையில் வழுக்கி விழுந்து அறுவை சிகிச்சைகளுக்கு உள்ளானார்.

அப்போதும் அவரைப் பார்க்க எந்த இலக்கியவாதிகளுமே வரவில்லை என இம்ரோஸ் தெரிவிக்கிறார். அதன்பின் ஏற்பட்ட உடல்நலக் குறைவால் அம்ரிதா தனது 86வது வயதில் மரணமடைந்தார். அவரின் இறப்புக்குப்பின் இம்ரோஸ், ஓவியம் வரைவதை நிறுத்தி விட்டார். அவர், அம்ரிதாவை வரைந்த ஓவியங்கள் எண்ணற்றவை.

மிகவும் ஆர்வமூட்டக்கூடிய இன்னொரு தகவல், சாகிர் லுத்யான்வி இறந்து 26 வருடங்கள் கழித்து அம்ரிதா மரணமடைந்தார். ஆனால் சாகிர் மரணித்த அதே தேதியில், அக்டோபர் 31. வாழ்விலும், சாவிலும் ஆன்மாக்களை இணைக்கும் வழியை காதல் ஒன்றே அறியும்.

கீழேவரும் 'நான் உன்னை மீண்டும் சந்திப்பேன்' (I will meet you yet again) என்ற கவிதை, அம்ரிதாவின் கடைசிக் காலங்களில் இம்ரோஸுக்காக எழுதப்பட்டது.

அடுத்த கவிதையான 'கன்னி' (The Virgin) சாகிர் லுத்யானிவிக்காக எழுதப்பட்டது எனச் சொல்பவர்கள் உண்டு.

I will meet you yet again

>I will meet you yet again
>
>How and where? I know not.
>
>Perhaps I will become a
>
>figment of your imagination
>
>and maybe, spreading myself
>
>in a mysterious line

on your canvas,
I will keep gazing at you.
Perhaps I will become a ray
of sunshine, to be
embraced by your colours.
I will paint myself on your canvas
I know not how and where –
but I will meet you for sure.
Maybe I will turn into a spring,
and rub the foaming
drops of water on your body,
and rest my coolness on
your burning chest.
I know nothing else
but that this life
will walk along with me.
When the body perishes,
all perishes;
but the threads of memory
are woven with enduring specks.
I will pick these particles,
weave the threads,
and I will meet you yet again.

- Amrita Pritam.

(Translated by Nirupama Dutt and published in The Little Magazine 2005)

நான் உன்னை மீண்டும் சந்திப்பேன்

நான் உன்னை மீண்டும் சந்திப்பேன்
எங்கு? எவ்வாறு? நானறியேன்
அநேகமாக உனது கற்பனையின் உருவம் ஆவேன்
மேலும் ஒருவேளை, உனது கித்தானின் மர்மமான
வரைகோட்டில் என்னைப் பரவச் செய்து
உன்னை வெறித்துப் பார்த்தவாறிருப்பேன்

உனது வண்ணங்கள் எனைத் தழுவுவதற்காக
அநேகமாக சூரிய ஒளியின் கீற்றாவேன் (கதிராவேன்)
உனது கித்தானில் எனை ஓவியமாகத் தீட்டுவேன்
எங்கு? எப்போது? நானறியேன்
ஆனால் நான் உன்னை மீண்டும் சந்திப்பேன்

அநேகமாக ஒரு நீரூற்றாகத் திரும்ப வருவேன்
நுரைக்கும் நீர்த்துளிகளால் உன்னுடலை சுத்தம் செய்யவும்
சூடான உன் மார்பின்மீது என் குளுமை இளைப்பாறவும்
எனக்கு வேறெதுவும் தெரியாது
ஆனால் இவ்வாழ்க்கை என் துணையாக வரும்

உடல் அழியும்போது
அனைத்தும் அழிந்துவிடும்
ஆனால் நினைவின் இழைகள்
நெய்யப்பட்டுள்ளன பொறுமையின் (சகிப்பின்) துகள்களால்
இந்தத் துகள்களைத் தேர்ந்தெடுப்பேன்
இழைகளை நெசவு செய்வேன்
மேலும் நான் உன்னை மீண்டும் சந்திப்பேன்

அம்ரிதா பிரீதம்
(மொழியாக்கம்: யோகி)

The Virgin

When I moved into your bed
I was not alone-there were two of us
A married woman and a virgin
To sleep with you
I had to offer the virgin in me
I did so
This slaughter is permissible in law
Not the indignity of it
And I bore the onslaught of the insult

The next morning I looked at my blood stained hands
I washed my hands
But the moment I stood before the mirror
I found her standing there
The one whom I thought I had slaughtered last night
Oh God! Was it too dark in your bed
I had to kill one and I killed the other?

- Amrita Pritam.

(Translated from the original Punjabi by Kartar Singh Duggal)

கன்னி

உனது படுக்கைக்கு முன்னேறியபோது
நான் தனியாக இல்லை –
அங்கு நாங்கள் இருவர் இருந்தோம்
திருமணமான பெண் மற்றும் கன்னி
உன்னுடன் துயில
என்னுள்ளிருந்த கன்னியை நான் பலி கொடுக்கவேண்டியிருந்தது
நான் அவ்வாறே செய்தேன்
சட்டத்தில் அனுமதிக்கப்பட்ட இப்படுகொலையால்
நேரும் அவமதிப்புக்கு அனுமதியில்லாததால்
அவமானத்தின் தாக்குதலைச் சுமந்தேன்
மறுநாள் காலை, ரத்தக்கறை படிந்த எனது கைகளைக் கண்டேன்
அவற்றைக் கழுவினேன்
ஆனால் கண்ணாடிமுன் நான் நின்ற அக்கணம்
நேற்றிரவு யாரைக் கொலைசெய்தேன் என எண்ணினேனோ
அவள் அங்கு நிற்பதைக் கண்டேன்
அடக் கடவுளே! உனது படுக்கையில் காரிருளாகவா இருந்தது
ஒருவரைக் கொல்லவேண்டிய நான்
மற்றவரைக் கொன்றேன்?

அம்ரிதா பிரீதம்
(மொழியாக்கம்: யோகி)

ஆக்காட்டி 2017

(குறிப்பு: கவிதையை மொழிபெயர்க்கவும், மொழிபெயர்த்ததை சரிபார்த்து திருத்திக் கொடுத்த கவிஞரும் மொழிபெயர்ப்பாளருமான தோழர் பாம்பாட்டிச்சித்தனுக்கு நன்றி)

பெண்கள் ஏன் காமம் பேசத் தயங்குகிறார்கள்?

இந்தக் கேள்வியை நானே என்னைக் கேட்டுக்கொண்டபோது, ஒரு சராசரிப் பெண்ணாக அதற்கான பதில்கள் இவைதான் என கூறிக்கொண்டேன்.

காமம்பற்றிப் பேசும் பெண் நிச்சயம் நடத்தைகெட்டவளாகத்தான் இருப்பாள்.

அவளுக்குப் பல ஆண்களுடன் தொடர்பு இருக்கலாம்.

வளர்ப்பு சரியில்லாதவள்.

பிஞ்சியிலேயே பழுத்திருக்கலாம்.

பலரோடு உடலுறவுகொண்டவளாக இருக்கலாம்.

காமம்பற்றிப் பேசும் பெண்களைச் சமூகம் தவறாக நினைக்கும்.

ஆண்கள் தவறான கண்ணோட்டத்தில் பார்ப்பர்.

ஆண்கள் தவறான கண்ணோட்டத்தில் அணுக நேரலாம்.

சர்ச்சையில் சிக்கநேரிடும்.

மரபு மீறியவளாகக் கருதப்படுவாள்.

பெயர் கெட்டுவிடும்.

அது குடும்பத்தில் உள்ளவர்களையும் பாதிக்கும்.

இன்னும்... இன்னும்...

அப்படியென்றால், இதுவரை பெண்கள் காமம்பற்றிப் பேசியதே இல்லையா? 'பேசியதே இல்லை' என்று யாருமே சொல்லமுடியாது என்று தமிழ் இலக்கியம் படித்திருக்கும் அனைவரும் அறிவர். உடலின் வேட்கையையும் காமத்தின் தாகத்தையும் சங்க இலக்கியங்களில் பெண் புலவர்கள் பாடியதையடுத்து அத்தனை துணிவாகவும் வெளிப்படையாகவும் 20ஆம் நூற்றாண்டுப் பெண்கள் வரை பாடியதும் எழுதியதும் குறைவு என்றே கூறலாம்.

சங்க காலத்தில், பெண் புலவர்கள் ஆக்கிவைத்திருக்கும் அந்த காமப் பெட்டகங்களைத் திறக்கும்போது, எவ்வித நெருடலுமின்றி, தயக்கமுமின்றி சிலாகித்துப் புசிக்க யாரும் தயங்குவதில்லை. கூச்சப்படுவதுமில்லை. அதைப் பெண்களேகூட ஆய்வுக்கு உட்படுத்தும் போது, பிசிறு தட்டாமல் பாடவும் அதைச் சிலாகிக்கவும் செய்கிறார்கள். பலநாள் பட்டினி கிடந்தவள் உணவுக்காக ஏங்குவதைப்போல பல வருடங்கள் அல்லது பல நாட்கள் உற்றவனின் வருகைக்காக காமப் பசியோடு தகித்துக்கிடந்தவளின் நிலை என்ன என்பதைச் சங்க பாடல்கள் பதிவு செய்திருக்கின்றன. தலைவனுக்காகத் தலைவியும் தலைவிக்காகத் தலைவனும் பாடும்படியான பல பாடல்களில் காமத்திற்குப் பிரதான இடமுண்டு.

தற்போதைய சூழலில் காமத்தைப்பற்றி பேசுவது மட்டுமல்ல; உறவின் இயக்கங்களை பேசக்கூட ஆண்கள் தயங்குவதும் கூச்சப்படுவதுமில்லை. அதை முகநூலில் நிலைத்தகவலாகப் பதிவிடுவதும், அதைக்குறித்து விவாதங்கள் செய்வதும், கிண்டலோடும் கேலியோடும் விஷயங்களைப் பகிர்ந்துகொள்வதும் கண்ணுறும்போது அவர்கள் உலகில் அவர்கள் மட்டுமே இருப்பதைப் போன்று தோன்றும். அதே தகவலை, ஒரு பெண் வெளிப்படையாகத் தெரியப்படுத்த முனைகிறார் என்றால் அவரின் கேரக்டரிலிருந்து அது விவாதத்திற்கு உட்படுத்தப்படும்.

காமத்தைப் பொறுத்தவரை, காம சூத்திரங்களை ஆணுக்கும் பெண்ணுக்கும் பொதுவானதாக வைத்தாலும் அதை ஆணின் மூலமாகவே பெண்கள் தெரிந்துகொள்ள வேண்டும் அல்லது ஆண் இவ்விஷயத்தில் ஆள்பவனாகவும் பெண் அதை ஏற்பவளாகவும் இருக்க வேண்டும் என்று எதிர்பார்க்கிறான். இது இந்தியச் சூழலில் தொடர்ந்து நிலைநிறுத்தவும்பட்டுள்ளது.

'கடல் அன்ன காமம் உழந்தும்' (குறள்: 1137) என்று வள்ளுவர் சொல்கிறார்.

ஆணுக்கும் பெண்ணுக்கு ஒரேமாதிரிதான் எனவும், உழந்தும் என்பதைக் 'காமம் உழந்து வருந்தினார்க்கு ஏமம் மடலல்லது இல்லை வலி' (குறள்: 1131) என்று மற்றொரு குறளில் தெளிவுபடுத்துகிறார்.

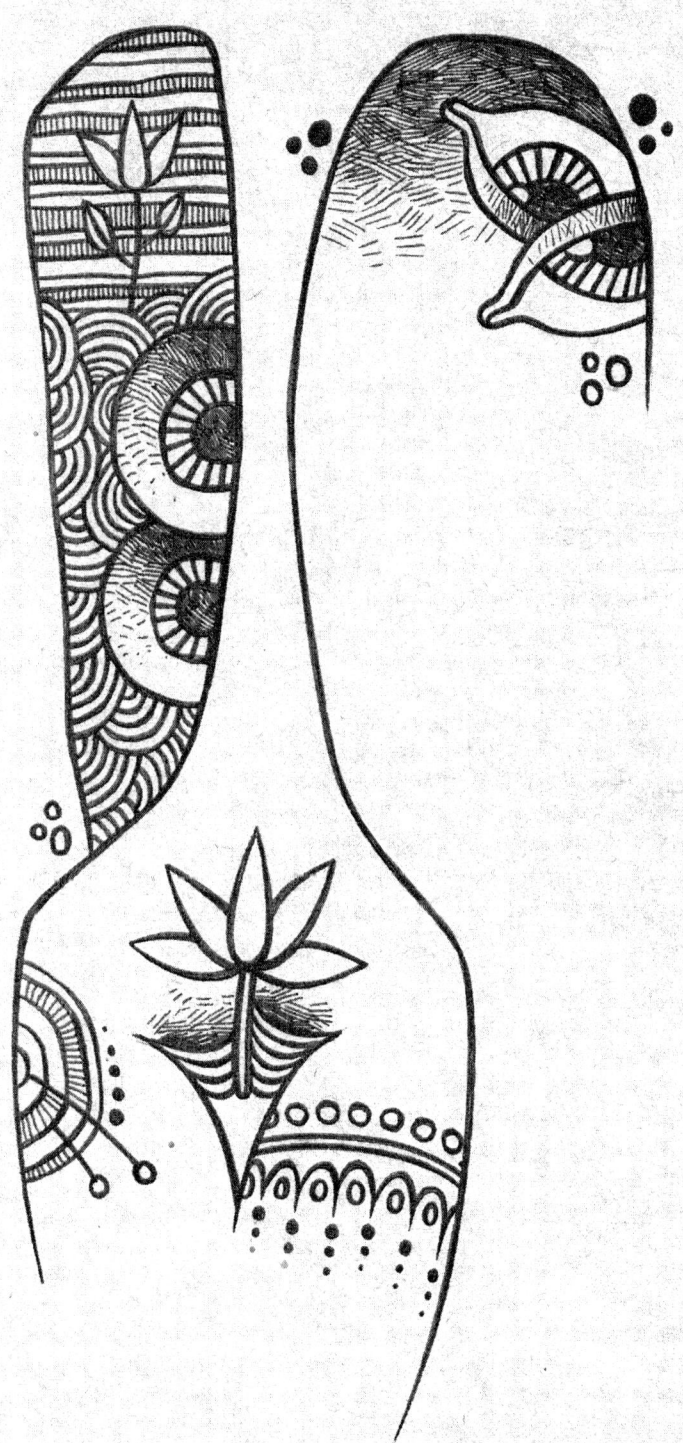

ஆனால் ஒரு பெண், தன் துணையிடத்திலும் அவளின் தேவையையும் ஆசையையும் காமத்தின் ஐயப்பாட்டையும் தீர்த்துக் கொள்கிறாளா என்ற கேள்வியை வைத்தால் அங்கு மௌனமே மிஞ்சுகிறது. உடல் ரீதியில் தன் தேவையைப் பெறுவதை இரண்டாமிடத்தில் வைத்து, அதுகுறித்து அவள் மனம்திறந்து பேசுகிறாளா அல்லது தன் தேவைக்காக திருவாய் மலர்கிறாளா என்ற கேள்வியை முதலில் வைப்போம், இந்த இடத்தில் ஒரு பெண்ணாவது தேர்வாளா என்றும் தெரியாது. காமம் பேசுதல் இந்திய அல்லது தமிழ்ப் பெண்களிடையே ஒரு நெருடலான விசயமாகவே ஆகிவிட்டது.

ஓர் ஆண், தன் காமத் தேவையை வெளிப்படையாகக் கேட்டு, ஒரு பெண்ணை அணுகுகிறான். ஆனால் ஓர் ஆணிடம் பெண், தன் உடல் தேவையை, தனது உடல்மொழியில் அல்லது பார்வையால்கூட தெரியப்படுத்த தயங்குவதற்கு என்ன காரணம்? திருமண ஜாதகத்தில் ‘யோனிப் பொருத்தம்’ பார்க்கும் இந்தியச் சமுதாயம், என்றாவது பெண்ணின் உடல்தேவையின் சராசரி ஆசைக்காக சிந்தித்திருக்கிறதா?

தனது நியாயமான ஆசையை வெளிப்படுத்துவதன்வழி, தனது குடும்ப வாழ்கையில் சிக்கல் ஏற்படும் என ஒரு பெண் யோசிக்கத் தொடங்கும்போது அந்த ஆசையை தியாகம் செய்யவே அவள் விரும்புகிறாள்.

அப்படியே, காமம்குறித்து அவள் வெளிப்படையாகப் பேசத் தொடங்கும்போது அதை ஆண்கள் எப்படி ஜீரணிப்பார்கள் என்ற ஆராய்ச்சிக்குப் போவதற்குமுன்னர், சக பெண்களுக்குள் காமம் குறித்தான உரையாடல்கள் எப்படி நடக்கிறது? அல்லது காமத்தைக் குறித்துப் பெண்கள் பேசிக்கொள்கிறார்களா?

காமம் குறித்துப் பெண்களின் புரிதல் எப்படி உள்ளது உள்ளிட்ட கேள்விகளை அடுக்கும்போது, அங்கே தன் தோழிகளினாலே அவள் விமர்சனத்திற்கு உள்ளாகும் சிக்கலும் தோன்றுகிறது. சக தோழிமார்களே அவதூறுகள் அவள்மீது கட்டவிழ்க்கிறார்கள் என்பது நிதர்சன உண்மையாகும்.

‘முத்தன்ன வெண் முறுவல்
செவ்வாயும் முலையும்
அழகழிந்தேன் நான்’
புணர்வதோர் ஆசையினால்
என் கொங்கை கிளர்ந்தது’

(நாச்சியார் திருமொழி)

என, ஆண்டாள் பாடலைப் போல, பெண்ணிற்கான காம இச்சையை இந்தக் காலத்துப் பெண்களால் பதிவுசெய்ய ஏன் முடியவில்லை? ‘அச்சமும் நாணும் மடனும் முந்துறுத்த’ என்பார்கள்.

காமத்தைப் பற்றி ஓரளவுக்குத் தெரிந்திருந்தாலும், தனக்கு எதுவும் தெரியாது எனப் பெண்கள் பொய் சொல்வதற்கான காரணம் என்னவாக இருக்கும்? கணினி யுகத்திலும், ரெட்டை அர்த்தங்கள் கொண்ட சினிமா வசனத்திலும், முதலிரவு மற்றும் பாலியல் வன்முறைக் காட்சிகளிலும் உடலுறவு குறித்தான இச்சையைத் தெளிவாகவே காட்டிவிடுகின்றனர். பதின்ம வயதுப் பிள்ளைகளுக்கே உடலுறவு குறித்த விஷயங்கள் தெரியும்போது, சில பெண்கள் ஒன்றுமே தெரியாது என நடிப்பதைக் கண்டுபிடிக்கமுடியாத அறிவிலியாகவா ஆண் இருக்கிறான்? ஆனால், அதைதான் அவன் விரும்புகிறான் என்பது என்னளவில் நகைப்பான ஒரு விஷயமாகவே இருக்கிறது.

ஆணுக்கும் பெண்ணுக்கும் கிளர்த்துதலுக்கு அப்பால் காமம் மனம்சார்ந்த விஷயமாக அமைகிறது. ஆனால் ஓர் எல்லைக் கோட்டுக்குள் வலிய தன்னை இருத்திவைத்துக் கொள்வதுதான் பெண்ணின் மனநிலையாக தொடர்ந்து இருந்து வருகிறது. காமத்தைக் குறித்துப் பேசியவர்களில் ஓஷோ முக்கியமானவராகக் கருதப்படுகிறார். காரணம், ஓஷோ உடலை விடுதலை செய்யச்சொல்கிறார். காமத்தினால் உடல் வருந்தக்கூடாது என்பதை ஓஷோ வலுவாகப் பேசுகிறார்.

பேசவேபடாத காமம் வன்மமாக மாறிவிடும் ஐயம் இருக்கிறது. இது எல்லாம் பெண்களுக்குத் தெரிந்திருந்தாலும் அவள் அதைப் பேசத் தவிர்க்கத்தான் செய்கிறாள். தங்களுக்குள்ளாகவே ஓர் அணையைப் போட்டு, முழுக் காமத்தையும் பார்க்காமலே மடிந்தும் போய்விடுகின்றனர்.

அண்மையில் காமம்சார்ந்த சில கவிதைகளை கவிதைச் சிற்றிதழ் ஒன்றுக்கு நான் வழங்கியிருந்தேன். அதை வாசித்த நண்பர் ஒருவர், நீங்கள் எப்படி அம்மாதிரியான கவிதைகளை எழுதலாம்? அதன் நோக்கம் என்ன? எல்லோரும் எழுதுகிறார்கள் என்பதற்காகத்தான் நீங்கள் ஏழுதுகிறீர்களா? பிறரால் கவனிக்கப்பட வேண்டும் என்பதற்காக எழுதுகிறீர்களா? எனக் கேள்விகளை எழுப்பினார்.

ஒரு பெண்ணுக்குச் சமுதாயத்தில் பிரச்சினை ஏற்படுகிறது, அவள் அதைத் தைரியமுடன் பேசுவதற்கு முன்வருகிறாள். ஒரு பெண்ணுக்குப் பசிக்கிறது; சாப்பிடுகிறாள். காதல் வயப்படும் ஒரு பெண், அதைக்குறித்து அதே காதலோடு பகிர்கிறாள். குழந்தையைக் கருவுறுவதிலிருந்து, பிரசவிப்பது வரை அத்தனையையும் தயக்கமே இல்லாமல் தெரிவிக்கிறாள். அவள் மலடியாக இருந்தால் அந்த வலியையும் பேசுகிறாள். இயற்கையைக் கொண்டாடுகிறாள். முரண்படுகிறாள். இவை எல்லாவற்றையும் போலத்தானே காமமும். ஏன் அதைப் பேசக்கூடாது என நண்பனிடம் கேட்டேன்.

'மகுடிக்கு மயங்கும்
பாம்பென
ஆட்டிவைக்கிறது காமம்'

(படிகம், ஜூன் 2016)

நீங்கள் இப்படி எழுதியிருக்கும் இந்தக் கவிதை மாதிரியான உணர்வுதான் உங்களுக்கு ஏற்படுகிறதா? என்று தொடர்ந்து அந்த நண்பர் கேள்வியை எழுப்பும்போது, அவர் என்மீது வைக்கும் பார்வையை நான் உணராமல் இல்லை. எனக்குப் பசிக்கும்போது சாப்பிட்டால் பசியினால் ஏற்படும் மயக்கம் வராது. பசியோடு இரண்டு நாள் பட்டினி கிடந்தால், சாப்பிட்டாலும் மயக்கம்தான் வரும். அப்படித்தான் காமமும் என்றேன். பெண்கள் காமம்குறித்துப் பேசுவதையே தயக்கத்தோடு பார்த்தால், அவள் அதிலிருந்து வெளிய வந்து எப்படி யோசிப்பாள்? ஓர் இரண்டாம் தரப் பார்வை தம்மீது விழும் என்கிற மனத்தடையே அவளைக் காமம் குறித்துப் பேசவிடாமல் செய்துவிடுகிறது.

கன்றும் உண்ணாது கலத்தினும் படாது
நல் ஆன் தீம் பால் நிலத்து உக்கா அங்கு
எனக்கும் ஆகாது என்னைக்கும் உதவாது
பசலை உணீஇயர் வேண்டும்
திதலை அல்குல் என் மாமைக் கவினே

(குறுந்தொகை)

ஆக்காட்டி

சேரியாக அறியப்படும் மும்பையின் நாடித்துடிப்பு

'ஸ்லம்டாக் மில்லியனர்' படம் வரும்வரை, எனக்கு தாராவி குறித்து பெரிய அறிமுகமில்லை. சிற்றிதழ்களில் வெளிவந்த அத்திரைப்பட விமர்சனங்களில் நிச்சயமாக எங்காவது ஓர் இடத்தில் தாராவியின் பெயர் இடம்பெற்றுவிடும். ஆசியாவின் மிகப்பெரிய குடிசைப் பகுதி அதுவென அறிந்துகொண்டதும் அப்போதுதான். நாயகன் திரைப்படமும் தாராவியின் சூழலை அழகாக படம்பிடித்துக் காட்டியபடம்தான் என்றாலும் 'ஸ்லம்டாக் மில்லியனர்' தற்கால எளிய மனிதர்களின் வாழ்க்கைச் சூழலையும் ஏழ்மையையும் தாராவியையும் காட்டியது. அதுவரை தாராவி குறித்து அறியாதவர்களையும் வெளிநாட்டவர்களையும் திரும்பிப் பார்க்கவைத்தது மஹாராஷ்ட்ரா மாநில தலைநகரமான மும்பையில் இருக்கும் தாராவி.

ஊர் கூடி இழுத்தும்

சேரிக்குள் வரவில்லை

தேர்

என்ற வரிகளில் 'சேரி' (slum) என்கிற வார்த்தை கொடுக்கும் அழுத்தத்தை குடிசைப்பகுதிகளோ, அழுக்கான தெருக்கள் நிறைந்த பகுதியோ கொடுக்குமா என்பது சந்தேகம்தான்.

ஊடறு பெண்கள் சந்திப்புக்குப்பிறகு தோழிகள் அனைவரும் எங்காவது சுற்றுலா போவது வழக்கம்தானே. எங்கே போகலாம் என எண்ணிக்கொண்டிருக்கையில், எல்லார் மனதிலும் ஏகமனதாக

தோன்றியது தாராவிதான். 'தாராவி என் தொட்டில்' என புதிய மாதவி, அவரது முகநூல் infoவில் கூறியிருப்பார். எதையும் பொத்தாம்பொதுவாக கூறுபவர் இல்லை அவர். தாராவி அவர் வாழ்வியலோடு பின்னிப் பிணைந்தது என இந்தச் சுற்றுலா மேற்கொள்ளும்வரை எனக்குத் தெரியாது.

மும்பையில் நடந்த பெண்கள் சந்திப்புக்குப்பிறகு மறுநாள் தோழிகள் அனைவரும் வாடகைப் பேருந்தை எடுத்துக்கொண்டு குதூகலத்திற்கு எந்தக் குறைச்சலும் வைக்காமல் கிளம்பினோம். நேரம் மதியத்தை நெருங்கிக்கொண்டிருந்தது. பாண்டுட்டிலிருந்து தாராவி சற்றுத் தொலைவுதான். நேர்த்தியான தார்ச்சாலைகள், இளசுகளும் பெரியவர்களும் இளைப்பாறும் அழகிய ஏரி, சாலை நெரிசல் சாலையோரத்து மரங்கள், சமிக்ஞை விளக்குகள், கட்டிடங்கள், மனிதர்கள் என காட்சி படுத்தியபடி விரைந்து நகர்ந்து பேருந்து தாராவியை நெருங்கிக்கொண்டிருந்தது.

பட்டணத்திற்கு சம்பந்தமில்லாத மாறுதல் தென்பட்டவுடன் என் கேமரா கண்கள் கவனத்தைக் குவிக்க ஆரம்பித்தன. பேருந்து ஓட்டுனரை வாகனத்தை மெல்ல செலுத்துமாறு கூறிவிட்டு சாலையின் இரு புறத்திலும் நோட்டமிட தொடங்கினோம். மொட்டை மாடிகளில் இடைவெளியில்லாது துணிகள் காய்ந்துகொண்டிருந்தன.

இந்தக் காட்சியை காண முடிந்ததால் சலவைத் தொழில் செய்யும் இடமென அனுமானிக்க முடிந்தது. தாராவியின் தொடக்கத்தை அதிலிருந்தே உணரமுடிந்தது. தாராவி வந்துவிட்டதென புதிய மாதவி சொன்னார். வண்டியை ஓர் இடமாக நிறுத்த இடம் தேடியத்தில் அது ஒரு குறுக்குச்சந்தில் நுழைந்தது. கூட்டம்கூட்டமாக ஆட்கள், எறும்பின் சுறுசுறுப்பில் இயங்கிக்கொண்டிருந்தார்கள். ஒரு பெரிய பொதியை தலையில் சுமந்தவாறு இரு ஆடவர்கள் வந்துகொண்டிருந்தனர். குறுக்குச்சந்தில் எங்கள் வாகனம் நகர முடியாமல் சிக்கிக்கொண்டதால் அவர்களால் மேற்கொண்டு நகரமுடியவில்லை. வேறுஇடம் நோக்கித் திரும்பி நடந்தனர். சிக்கிக்கொண்ட வாகனத்தை கவனிக்கக்கூட யாருக்கும் நேரமில்லை. பணம் ஈட்டுவது மட்டுமே அங்கு பிரதான ஒன்றாக இருந்தது. எல்லா மொழியும் மதமும் இனமும் கலந்த கலவையாக தாராவி இருந்தது. வாகன ஓட்டியின் முயற்சியில் சிக்கியிருந்த பேருந்து உரிய இடத்தில் நிறுத்தப்பட்டது.

பேருந்து நிறுத்தப்பட்ட இடம் ஒரு கோயில். கோயிலின் பக்கத்தில் ஆங்கில தமிழ்ப்பள்ளி. அண்ணல் அம்பேத்கர் ஓவியமும் புத்தனின் ஓவியமும் சாயம் மங்கிய சுவரில் வரையப்பட்டிருந்தது. கோயிலுக்குள் நுழைந்தோம். அது சாதாரண கோயிலில்லை. தாராவிக்கும் அந்தக் கோயிலுக்கும் தொப்புள்கோடி உறவு உண்டென புதிய மாதவி விளக்கத் தொடங்கினார். கோயில் நடை அடைக்கப்பட்டிருந்தது.

எங்களுக்காக சிறப்பு அனுமதி வாங்கி கோயிலின் உள்ளே காண்பதற்கு அழைத்துச் சென்றார் புதிய மாதவி. பழைய கோயிலாக இருந்தாலும் அதை புதுப்பித்திருந்தனர். சிறிய கோயில்தான். நிகழ்ச்சிகள் செய்யவும் ஒன்றுகூடவும் கோயிலுக்குமுன்பு சிறிய மண்டபம்போல ஒதுக்கியிருந்தனர்.

சிவன், விநாயகர், நவக்கிரகங்கள் என தமிழர்களின் முக்கிய கடவுள்களுக்கு விக்கிரகங்கள் இருந்தன. இந்த தாராவிதான் எங்களின் பலருக்கு தாய்வீடு எனப் புதியமாதவி சொன்னார். தாராவி அவரை பரவசப்படுத்திக்கொண்டிருந்ததை அவரின் குரலில் உணரமுடிந்தது. கிடைத்திருக்கும் கொஞ்சநேரத்தில் தாராவி குறித்து என்னெல்லாம் எங்களுக்குச் சொல்லமுடியுமோ அதையெல்லாம் சொல்வதற்கு முயற்சித்தார். எங்களின் ஐவரைத் தவிர மற்றவர்களை தாராவி பெரிதாகக் கவரவில்லை என்றே தோன்றியது. தாராவியில் ஷாப்பிங் செய்வதற்கு இலங்கைத் தோழியர் சிலர் சென்றுவிட்டனர்.

கோயிலுக்கு அருகில் இயங்கிக்கொண்டிருந்த பி.எஸ்.ஐ.ஏ.எஸ். ஆங்கில உயர்நிலைப்பள்ளி மாணவர்கள் சிலர் எங்களைக் கவனித்தபடி இருந்தனர். குடிசை வீடுகள் என கூறப்படும் வீடுகளைக் காட்டுவதற்கு புதிய மாதவி அழைத்துச் சென்றார். தமிழர்கள் வாழும் பகுதியாக இருந்தாலும் வேறுமொழி பேசுபவர்களும் அங்கு வசித்தனர். ஆடவர் ஒருவர் எங்கோ ஒரு மூலையில் வாளியில் தண்ணீரை நிரப்பி எடுத்துப் போய்க்கொண்டிருந்தார். நைட்டி அணிந்திருந்த சில பெண்கள் அங்கிருக்கவும் மெல்ல பேச்சுக் கொடுத்தோம். கோழிக்கூண்டைவிட கொஞ்சம் பெரியதாக இருக்கும் கூண்டுதான் அவர்களின் வீடாக இருந்தது. கழிப்பறை இல்லாத வீடுகள். இரண்டடிக்கு குளிப்பதற்கு மட்டும் இடத்தை ஒதுக்கிவிட்டு உறங்குவதற்கு மட்டும் கட்டியது போல இருந்தது. உங்களின் ஒருவரின் வீட்டை நாங்கள் காண முடியுமா என்று கேட்டோம்.

சற்று யோசித்த பெண்களில் ஒருவர், என் வீட்டுக்கு வாங்க என அழைத்துச் சென்றார். சராசரியாக ஒருவர் வீட்டில் இருக்கும் தனியறையைவிட சிறியதாக இருந்தது அவர்களின் வீடு. எப்படி இதில் தங்குவதற்கு சாத்தியம் என கேட்கத் தோன்றினாலும் கேட்கவில்லை. காரணம், 30 ஆண்டுகளுக்குமேலாக அவர்கள் அப்படித்தானே வாழ்ந்து முடிந்திருக்கிறார்கள். அடுத்த தலைமுறையும் இந்த வரலாற்றைத் தொடர்வதற்கு வளர்ந்து நிற்கும்போது, சாத்தியமா என்ற கேள்வி அபத்தம்தானே. இது, எனது சொந்த வீடு. சமீபத்தில்தான் வாங்கினேன் என ஒரு தொகையைச் சொன்னார். ஆனாலும் அந்த வீட்டிற்கான நிலம் அவர்களுக்கு இல்லையாம். வீடு மட்டும்தான் சொந்தம். நிலம் வேறொருவரின் பெயரில் இருக்கிறது. அவருக்கு நிலத்திற்கான பணத்தை ஒவ்வொருமாதமும் வாடகையாக வழங்க வேண்டும்.

இதுபோக, மேல்மாடியில் இதேபோலவொரு வீட்டை அமைத்து வேறொரு குடும்பம் வாழ்கிறார்கள்.

அவர்களின் சொந்த வீடு என்று கூறப்படும் வீட்டை தன் விருப்பம்போல கொஞ்சம் மாறுதல் செய்தலோ அல்லது மறு சீரமைப்பு செய்தலோ அதற்கான அனுமதியை நிலத்து உரிமைக்காரரிடம் பெற வேண்டும். இல்லையென்றால் அது அவர்களுக்கு வேறொரு சிக்கலை ஏற்படுத்தும். இப்படியான ஒப்பந்தம் எந்தவிதத்தில் சரியெனத் தெரியவில்லை. இம்மாதியான ஒப்பந்தங்களை தாராவிவாசிகளே ஏற்படுத்திக்கொண்டு அதை காலகாலமாக பின்பற்றி வருகிறார்கள் என அவர்களோடு உரையாடுகையில் புரியமுடிந்தது. தாராவி என்பது அரசால் கட்டமைக்கப்பட்டு, வளர்த்தப்பட்ட இடம் அல்ல. முழுக்க முழுக்க மக்கள் சக்தியாலும், அவர்களின் உழைப்பாலும் கட்டமைக்கப்பட்ட இடம் என இணையத்தில் வாசிக்க நேர்ந்ததை இங்கு பதிவுசெய்ய நினைக்கிறேன்.

2.1 சதுர கிலோமீட்டர் பரப்பளவில் தன் வாழ்க்கையையும், வாழ்வாதாரத்தையும் நிர்ணயம் செய்திருக்கும் கிட்டத்தட்ட ஆறு லட்சம் குடிசைவாசிகளில் அதிகமானோர் தமிழர்கள்தான். அதிலும் குறிப்பாக மதுரை, திருநெல்வேலி, தூத்துக்குடி முதலிய மாவட்டங்களில் இருந்து வந்தவர்கள்தான் அதிகம் எனக் கூறப்படுகிறது.

சிறு சிறு அழுக்குக் கால்வாய்கள் அல்லது அவை சாக்கடைகளாகக் கூட இருக்கலாம், மணத்தை பரப்பிக்கொண்டு புதிதாக அங்கு வந்திருக்கும் எங்களின் சிலரை கவனத்தை ஈர்த்தது. இம்மாதிரியான சாக்கடைகளை நான் மும்பையின் பல இடங்களில் கண்டேன். இஸ்லாமியர்களையும் அங்கு அதிகமாக காணமுடிந்தது. பர்தா அணிந்த பெண்கள் மிக இயல்பாகவே நாங்கள் காணச்சென்ற சாலையில் நடமாடிக்கொண்டிருந்தார்கள். ஆனால், முகத்தில் ஒருவகை கலவரம் இருக்கவே செய்தது அல்லது எனக்குத்தான் அப்படி தோன்றியதா என்று தெரியவில்லை. மும்பைக் கலவரம் ஏனோ, என் சிந்தனைக்கு வந்துகொண்டே இருந்தது. புதியவர்களான எங்களை பல கேள்விகளோடு பார்க்கும் அந்தப் பார்வைகளை எதிர்கொள்ள மிகவும் சிரமாக இருந்தது. அச்சம், புகைப்படம் எடுக்கக்கூட தடைபோட்டது. தள்ளுவண்டியில் புளியம்பழம், கரும்பு, சர்பத் விற்கும் சிறுவணிகர்கள் அடுத்தடுத்து எங்களைக் கடந்து செல்லும்போது புளியம்பழம்மீது எழுந்த ஆவலில் அனைவருமே புளியம்பழம் வாங்கினோம். பச்சைக்காய் துவர்ப்பாக இருந்தது. கைரேகை பார்க்கும் குறிசொல்லும் தமிழ் மாதர்கள் எங்களைப் பார்த்ததும் நெருங்கிவந்தனர். முகத்தைப் பார்த்தே குறிசொல்லத் தொடங்கிவிட்டிருந்தனர். பெரிய நெற்றிப் போட்டோடு இருந்த அவர்களைப் புகைப்படம் எடுக்க அவர்கள் அனுமதிக்கவில்லை. ஐஸ்வரியம் போய்விடும் என்கிறார்கள். அதற்குள்

நான் அவர்களில் ஒருவரை புகைப்படம் எடுத்திருந்தேன். அவர்கள் எதிர்பார்த்து வந்த வருமானம் கிடைக்காமல்போகவே அவர்களுக்கு அது ஏமாற்றத்தைக் கொடுத்திருக்கலாம். யாருமே கைஜோசியம் பார்க்க மாட்டார்கள் என அனுமானித்ததும் அங்கிருந்து அவர்கள் கிளம்பிவிட்டார்கள். இம்மாதிரியாக தமிழர்களின் நாகரிகங்களிலும் கலாச்சாரங்களிலும் இடம்பெறும் சின்னச்சின்ன விஷயங்கள்கூட வேர்விட்டு வளர்ந்திருப்பதை தாராவியில் பார்க்க முடிந்தது.

பெருநகரம், வர்த்தகத்தில் முக்கிய நகரம் என்று பெருமையாக கூறப்படும் இந்த நகரத்தில் சரிசமமாக வறுமையையும், சேரி மக்களையும் காணமுடிந்தது. அழகிய அரபிக்கடலில் மௌனமாக கலந்து ஓடும் சாக்கடைகள்போல மும்பாய் மக்களின் ஏழ்மையும், எளிமையும் மறைமுகமாக வெளிநாடுகளுக்கு காட்டப்படுகிறது. தாராவியில் துயர்மிகு கதைகளைக் கேட்க வேண்டாம். பார்த்தாலே அது நமக்கு உணர்த்திவிடும். உங்கள் கதைகளைச் சொல்லுங்கள் என கேட்பதும் வன்முறை என்றே எனக்கு தோன்றுகிறது.

எங்கள் கதை உங்களுக்கு தெரியும் வேண்டும் என்றால் அதை வாழ்ந்து பார்த்து தெரிந்துகொள்ளுங்கள் என்று ஒரு குரல் எழுந்து வந்தாலும் அதை ஏந்தி கொண்டுவந்து எங்கு இறக்கிவைத்து. வாழ்விடம் பத்தி பேசிய அப்பெண்களை, அவர்களின் உணர்வுகளை மேலும் கிளறிப்பார்க்க எனக்குத் துணிவில்லை. ஆனாலும் எனக்கு அது வேறு ஒன்றை நினைவூட்டியது.

1990ல் பிரபல பெண் இயக்குநரான சாய் பரஞ்சபேயின் (Sai Paranjpye) இயக்கத்தில் வெளியான "திஷா" (Disha) என்ற திரைப்படத்தில், மும்பைக்கு சற்றுத் தொலைவில் உள்ள "பக்குரி" (Bakuri) எனும் கிராமத்தில் இருந்து வசந்த் (நானா படேகர்) என்பவன் திருமணம் செய்து மனைவியை கிராமத்தில் விட்டுவிட்டு, மும்பையில் சம்பாதிக்க வந்திருப்பார். அங்கு அவர் தங்குவதற்கு அவருடைய ஊர்க்காரர் இருக்கும் ஓர் அறையை சென்று சேர்வார். அந்தப்பகுதி தாராவி என நம்மால் பார்த்தவுடன் புரிந்துகொள்ள முடியும். அந்த ஓர் அறையில் 40 பேர் ஆண்கள் இருப்பார்கள், அனைவருமே அவரது ஊரைச் சேர்ந்தவர்கள். ஒரு நூற்பாலையில் வேலைக்கு சேர்ந்தவுடன் வசந்த்க்கும் ஆசை வரும், தனது புதுமனைவியை அழைத்துவந்து மும்பையை சுற்றிக்காட்ட வேண்டும், அவளோடு சந்தோஷமாக இருக்கவேண்டும் என அழைத்தும் வருவார். வசந்தின் வேறொரு நண்பன் மும்பையின் மற்றொரு பகுதியில் அவனது உறவினர் குடும்பம் எங்கோ சுற்றுலா போயிருப்பதாகவும், வசந்த் மற்றும் அவன் மனைவி அவர்களின் அபார்ட்மெண்ட் வீட்டில் ஒரு வாரம் தங்கிக்கொள்ளலாம் என அந்த வீட்டுச்சாவியை கொடுத்துவிட்டுப் போவான். ஒரு நாள் மகிழ்ச்சியாக இருப்பார்கள். ஊர் சுற்றுவார்கள்.

மறுநாள் இரவு தூங்கப்போகும்போது அந்த குடும்பத்தினர் எதிர்பாராதவிதமாக வந்து இறங்குவார்கள். இப்போது வசந்த் அவனுடைய பழைய அறையான 40 ஆண்கள் தங்கியிருக்கும் தாராவி அறைக்குச் சென்று மனைவியோடு அந்த இரவை அங்கே கழிக்கும்நிலைக்குத் தள்ளப்படுவார். அவ்விரவில் வசந்தின் மனைவிக்கு நிகழும் மன உளைச்சல்கள், மறுநாளே மும்பையை விட்டுக் கிளம்பி அவள் கிராமத்துக்குச் செல்ல வைத்துவிடும். அவளை பேருந்தில் ஏற்றிவிட்டு வந்து அங்கே ஓரமாக இருக்கும் கழிவறைக்குள் நுழைந்து தனது இயலாமை, அவமானம், மன அழுத்தம் ஆகியவற்றால் அழத் துவங்குவான் வசந்த்.

அம்ருதா 2018

பேசப்படாத இரண்டாம் தலைமுறை பெண்கள்

மலேசியாவில் இரண்டாம் தலைமுறை பெண்களின் வாழ்க்கை வரலாற்றை தோட்டப்புறத்திலிருந்து தொடங்குவது சரியாக இருக்கும் எனத் தோன்றுகிறது. தோட்டப்புறத்திலிருந்த இரண்டாம் தலைமுறை பெண்கள் பல்வேறு காரணங்களால் (உலகமயமாக்கல், கல்வி, பணத்தேவை, திருமணம் மற்றும் வேலைவாய்ப்பு ஆகிய காரணங்களால்) நகரங்களை நோக்கி நகரத் தொடங்கியவர்கள். நகரத்து நெருக்கடிகளைச் சமாளித்து ஜீவனம்செய்ய ஆணோடு சேர்ந்து உழைக்கவும் துவங்கியவர்கள். வேலைக்குச் சென்றாலும் இவர்கள் இச்சமூகத்தில் எதிர்கொண்ட விமர்சனங்கள், ஏளனங்கள், பழிப்புகள், பழிகள் ஏராளம். உழைத்த உழைப்புக்குப் பலனை அனுபவிக்காதவர்கள் இவர்கள்.

இதுகாறும் 'கூட்டுக் குடும்பம்' என்ற சூழலில் வீட்டுவேலைகளை, குடும்பத்தின் நிர்வாகத்தை, குழந்தைகளைப் பராமரிப்பவராக, குடும்ப வருவாய்க்கு ஏற்ப பணத்தைச் செலவிடுபவராக, குடும்பத்தில் ஏற்படும் பிரச்னைகள் வெளியில் தெரியாமல் சமாளிப்பவராக... என்று பல பரிணாமங்களில் மேலாண்மை செய்துவந்த பெண்கள், நகர வாழ்வில் தன் அறிவு, ஆற்றல், திறமை ஆகியவற்றை முழுமையாக வெளிப்படுத்த பல்வேறு பணிகளில் தன்னை ஈடுபடுத்திக் கொண்டனர். மலேசியாவில் பெண் வளர்ச்சி என்ற பரிணாமத்தின் ஆரம்பநிலை இதிலிருந்தே தொடங்குகிறது என எண்ணத் தோன்றுகிறது. நகரங்களில் இருந்த இரண்டாம் தலைமுறை பெண்கள் ஒருபடி மேலேபோய், மலாய் மொழியை இரண்டாம் தாய்மொழியாக கற்றல், ஆங்கில அறிவு,

கல்வியின் பல்வேறு புலங்களில் மேதமை, உலக நடப்பு மற்றும் பெண்கள் ஒடுக்கப்படுதல்/அடிமைப்படுத்தப்படுதல், அதில் இருந்து தங்களை விடுவித்துக்கொள்ள என்ன செய்யவேண்டும் என்றடைந்த விழிப்புணர்வு போன்றவை பிரதானமானவை. மேலும் மலேசிய அரசியலிலும் கால்பதிக்கத் துணித்தவர்கள் இவர்கள்தான்.

இவர்களின் இந்த படிப்படியான முன்னேற்றத்தையும் வீழ்ச்சியையும் இலக்கியத்தில் பதிவுசெய்ய இவர்கள் மறக்கவில்லை. இத்தகைய விழிப்புணர்வு சில கதை, கட்டுரை, கவிதைகளாலும் நிகழ்ந்தது.

சமையலறை பெண்கள்மீது செய்யும் ஆதிக்கத்தை "வீட்டின் மூலையில் ஒரு சமையலறை" போன்ற சிறுகதை வாயிலாக அம்பை போன்றவர்களால் சாட்டையடி கொடுக்க முடிந்ததோ அதேபோல மலேசிய சூழலில் பெண் சமூகத்தின் இயந்திர வாழ்க்கையையும், இயலாமையையும் பேசக்கூடிய கதையாக க.பாக்கியம் எழுதிய 'கற்பின் விலை' கதை அமைந்தது.

இத்தகைய எதிர்வினையால் பெண்கள், வீட்டின் சமையல் அறையை விட உலகம் பெரியது என்றுணர்ந்து, எரியும் அடுப்பின் நெருப்பிலிருந்தே தங்களுக்கான சிறகுகளை உருவாக்கிக்கொண்டு பறக்க ஆரம்பித்தனர். மேலேகூறிய பல்வேறு காரணிகளால் கடந்த 30 வருடங்களில் நம் மரபுசார்ந்த வாழ்க்கைமுறை தொலைந்து போனது. அதில் கூட்டுக் குடும்பத்தின் சிதைவு நிகழ்ந்திருந்தாலும், இரண்டாம் தலைமுறை பெண்களே அதற்குக் காரணம் எனச் சொல்பவர்களைப் பார்க்கப் பரிதாபமே ஏற்படுகிறது.

நகர வாழ்க்கைக்கும் அதன் அழுத்தங்களான பணிச்சுமை, நேரமின்மை, அவநம்பிக்கை, மன உளைச்சல், அகங்காரம் (Ego) ஆகிய பிரச்சனைகளுக்கு ஆளானவர்கள் இரண்டாம் தலைமுறை பெண்கள். நகரங்களின் சக்கரப் பற்களுக்கு தங்களை தின்னக் கொடுத்தவர்கள். இத்தனை சவாலான விஷயங்களை அவர்கள் எதிர்கொண்டாலும் அதில் முற்று, முழுதாக சிக்கிக்கொள்ளவில்லை. இருப்பினும் அவர்களுக்கெதிரான குடும்ப வன்முறை, சுயமரியாதையைப் பறித்தல், பாலியல் வன்னடத்தை/ தடித்தனம் போன்றவை காட்டுச்செடிகளாக வளர்ந்தன.

இரண்டாம் தலைமுறை பெண்களுக்கு நிறைய விஷயங்கள் புதியாக இருந்தன. அதனாலேயே போராடவேண்டிய தேவையையும் அவசியத்தையும் உலகுக்கு உரக்கச் சொல்லக்கூடிய பொறுப்பு அவர்களுக்கு இருந்தது. மேலும் இந்தப் போராட்டத்தின் அவசியத்தை மூன்றாம் தலைமுறை பெண்களுக்கு கடத்திச் சென்று சேர்க்கக் கூடிய கடமையும் அவர்களுக்கு இருந்தது. ஆண் ஆதிக்கத்தில் வாழ்ந்துகொண்டிருந்த பெண்கள் எடுத்துவைக்கும் ஒவ்வொரு அடியும்

பலமடங்கு சறுக்கும்போதுதான் ஊன்றி நிற்க அவர்களுக்கு அவர்களின் நம்பிக்கை மட்டுமே இருந்தது. அதைப்பற்றியே அவர்கள் தொடர்ந்து முன்னேறக்கூடிய சூழலை அமைத்துக்கொண்டு சாதித்தார்கள்.

வீடெனும் சிறையிலிருந்து வெளியேறி இருந்தாலும் சமூகம் போதிக்கும் ஒழுக்கம், கலாச்சாரம் மற்றும் பாரம்பரியம் உள்ளிட்ட பெயரில் காட்டப்படும் அரசியல் அவலங்கள் சொல்லிமாளாது. இதனாலேயே ஜெயகாந்தனின் 'அக்னிப் பிரவேசம்' போன்ற சிறுகதைகள் இந்தச் சமூகத்தின் முகத்திலறையத் தேவைப்பட்டன.

இரண்டாம் தலைமுறை பெண்களை தயக்கத்திற்கு உட்படுத்திய சில விஷயங்களைக் கூறத் தலைப்படுகிறேன். (நான் சொல்லப்போவதில் விதிவிலக்குகள் எப்போதும் உண்டு, ஆனால் நான் பெரும்பான்மையான பெண்கள்குறித்தே இங்கு பேசுகிறேன்) இரண்டாம் தலைமுறை பெண், தனது அலுவலகத்திலோ அல்லது தன்னோடு பணிபுரியும் வெகுசில ஆண் நண்பர்களின் பரிச்சயத்தை அலுவலகத்தோடு நிறுத்திக்கொள்வார்கள். பொது மற்றும் வெளி இடங்களில் பார்த்தாலும் சரளமான, நீண்ட பேச்சுகள் இருக்காது. ஒரு புன்னகை அல்லது "வணக்கம், நல்லா இருக்கீங்களா?" என்ற வாசகத்தோடு கடந்து போய்விடுவார்கள். அதிகம்போனால் இவர், எனது அலுவலகத்தில் பணி செய்பவர் என்று வேண்டுமானால் தனது கணவரிடம் அறிமுகம் செய்வார்கள். இவர், எனது ஆண் நண்பர் என்று சொல்லும் பிரலாபங்கள் வெகுவாக இருக்காது.

படிக்கும்போதும் இரண்டாம் தலைமுறை பெண்கள் தன்னோடு படிக்கும் சக ஆண் மாணவர்களைப் பெற்றோர்களுக்குப் பரிச்சயப்படுத்துதல் குறைவு, அவர்களோடான பேச்சுகளையும் வெகுசொற்பமாக வைத்துக்கொள்வார்கள். அவர்கள் கலாச்சாரம், பாரம்பரியம் ஆகியவைகளால் பெரிதும் கட்டுப்படுத்தப்பட்டிருந்தார்கள்.

இரண்டாம் தலைமுறை பெண்கள் தங்களது கருத்துகளில், சிந்தனையில் சுதந்திரத்தை உணரத்துவங்கியபோது, அவர்களை அதிகம்பேர் ஊக்குவிக்கவில்லை. அதுகாறும், அவர்களை இப்படி நோக்கியிராத (ஆண்) சமூகத்தால் இதைப் பொறுத்துக்கொள்ளவும் முடியவில்லை. இதனால் பெண்கள்மீது உண்டான தவறான புரிந்துணர்வு குடும்பவாழ்வில் மனக்கசப்புகள், கணவன்– மனைவிக்கிடையே ஈகோ பிரச்சனை, வெறுப்பு, விவாகரத்து போன்ற புதிய நச்சுகள் தோன்ற வழிவகுத்தது. அதே வேளையில், விதவைகள் மறுமணம், காதலித்து கலப்புமணம் போன்ற நல்லவிஷயங்களும் அங்கொன்றும் இங்கொன்றுமாக நிகழ்ந்தன.

இரண்டாம் தலைமுறை பெண்கள் பணிசெய்யும் இடங்களில் அவர்களின் கல்வித்தகுதி, அனுபவம் ஆகியவற்றுக்கு முன்னுரிமை

SANDRU
2009

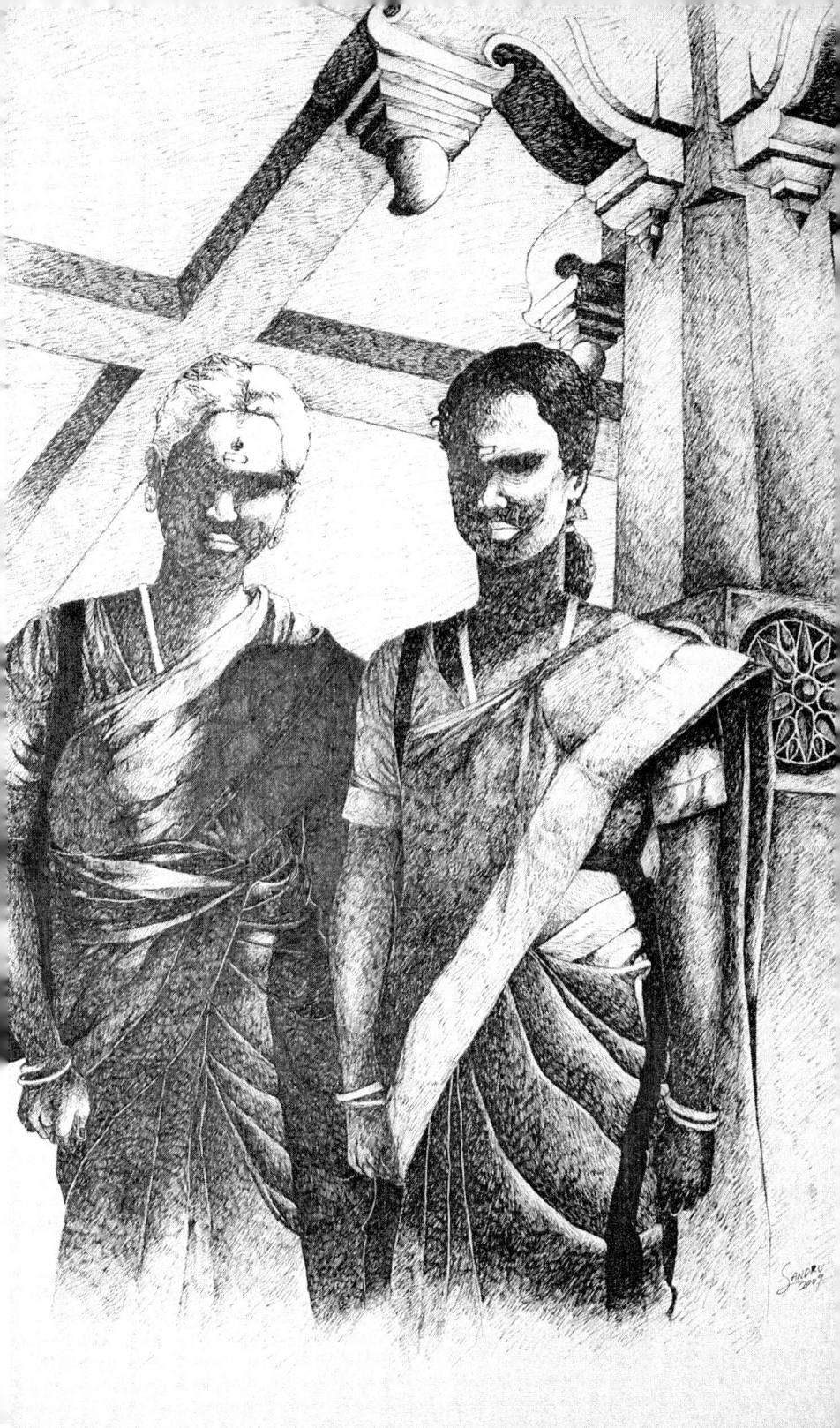

அளித்து பதவி உயர்வு தரப்பட்டாலும் அந்தப் பெண்ணுக்குக்கீழே ஆண்கள் பணிபுரிய மறுப்பது, அவள் பலவீனமானவள், வலுவற்றவள், தவறான முறையில்தான் அந்த இடத்தை அடைந்திருப்பாள் என தமிழ் சினிமாபாணியில் கண்டபடி சித்தரிப்பதுபோன்ற மதிகேடான, மூர்க்கமான, மனதளவில் களைப்படையச் செய்யும் சித்ரவதைகளையும் எதிர்கொண்டு மேலெழுந்தார்கள்.

பேருந்தில், ரயிலில், சாலையில் அல்லது மற்ற பொதுவிடங்களில் இரண்டாம் தலைமுறை பெண்கள் ஆண்களின் அருவருக்கத்தக்க பகடிவதைக்கு ஆளாகி, அதிலிருந்து மீண்டு வந்து சாதித்தவர்களே. இரண்டாம் தலைமுறை பெண்கள், உறவினர்களாக இருந்தாலன்றி மற்றவர்களுக்கு உதவும் மனப்பான்மையில் ஒரு தயக்கம் கொண்டிருந்தார்கள். ஆண் நண்பர்களுடன் அதிகமாக பேசிப் பழகாதவர்கள், அப்படிப் பழகினாலும் அதைச் சமூகமும் அடுத்தவர்களும் எப்படிப் புரிந்துகொள்வார்களோ என ஒரு தவிப்பாக அதை உணர்ந்தவர்கள் இவர்கள்.

இரண்டாம் தலைமுறை பெண்களிலும் குற்றம் இழைத்தல், வன்முறையில் ஈடுபடுதல், கொலை, கொள்ளை, கடத்தல் போன்றவற்றில் ஈடுபட்ட பெண்கள் உண்டு. ஆனால், குற்றப் புள்ளிவிபரங்கள், குற்றங்களின் விழுக்காடு தற்போது உள்ள விழுக்காட்டைவிட குறைவாகும். இரண்டாம் தலைமுறை பெண்களின் காலத்தில் குற்றம் புரிந்த பெண் குற்றவாளிகள், குற்றத்துக்குத் தூண்டப்பட்ட பெண் குற்றவாளிகள் எண்ணிக்கையும் குறைவாகயிருந்தது குறிப்பிடத்தக்கது. மேலும் குடும்ப பந்தத்தை இறுக்க அணைத்து அதைச் சிதறவிடாமல் கட்டிக்காத்த திறமையும் தியாகமும் இன்றைய தலைமுறைப் பெண்களுக்கு வசப்படாத ஒன்றாகவே ஆகிவிட்டது. சுதந்திரம் பேசும் பல பெண்கள் அதை எப்படிக் கையாள்கிறார்கள் என்ற கேள்வி வரும்போது அதற்கான விடையைத் தடுமாற்றமின்றி கூற முடியவில்லை. இரண்டாம் தலைமுறை பெண்கள், தன் தலைமுறை முழுக்கவே போராடி அடுத்த தலைமுறைக்கு ஏற்படுத்திக்கொடுத்த வாய்ப்புகளையும் சந்தர்ப்பங்களையும் தியாகங்களையும் இன்றைய பெண்கள் நினைத்துப் பார்க்கிறார்களா என்று தெரியவில்லை. இருந்தாலும் பெண்களுக்கான போராட்டம் இன்றைய தலைமுறையிலும் தொடர்ந்துகொண்டுதான் இருக்கிறது ஒரு முடிவற்ற சுழற்சிபோல.

களம் 2018

பயிரை மேய்ந்து ஏப்பம்விடும் வேலிகள்! நாட்டை உலுக்கிய கொலைச் சம்பவங்கள்!

உறவுகள்மீதான நம்பிக்கையும் பாசமும் நாளுக்குநாள் மழுங்கடிக்கப்பட்டு வருகிறதோ என்று எண்ணத் தோன்றுகிறது. உடன்பிறப்பிற்காகவும், தாய் தந்தைக்காகவும், ரத்த பந்தத்திற்காகவும் உயிரைக் கொடுத்தவர்களின் கதை இனி, கதையாக மட்டும் இருக்குமோ என்ற அச்சமும் எழாமல் இல்லை

நலிவடைந்து வரும் மனிதாபிமானம் இனி, காணாமல் போய்விடுமோ என்ற கவலை, நாளுக்குநாள் முன்னேறிவரும் கணினி யுகத்தில் பார்க்கமுடிகிறது.

உயிருக்கு உலைவைக்கிற எதிரி, வெளியில்தான் இருக்கிறார் என்கிற சொல்லெல்லாம் தற்போது பொய்த்துவருகிறது. நம் வீட்டுக்குள்ளேயே, சொந்த ரத்த சம்பந்தப்பட்டவர்களேகூட மரணத்தைக் கொண்டுவரும் சாபத்தை இந்த நூற்றாண்டு பெற்றுவிட்டது. உண்மையில், இந்த நூற்றாண்டில் வாழ்வதற்கான தகுதிகளைதான் நாம் இழந்துவிட்டோமோ என்ற வருத்தமும் எனக்கு வராமல் இல்லை.

எதிர்பாராதவிதமாக சொந்த ரத்த பந்தத்தின் உயிருக்கு மரணத்தை விளைவிப்பதை கிரைம் ரகத்தில் வகைப்படுத்துவதில்லை. ஆனால், பொறாமையின் காரணமாகவோ அல்லது மரணம் விளைவிக்க வேண்டும் என்ற காரணத்திற்காகவோ சொந்த உறவைச் சாய்ப்பதை நிச்சயம் மனநோய்க்கு அருகில் வைத்துப் பார்க்கவேண்டியுள்ளது.

உலகப் பேரழகி கிளியோபாட்ரா, தன் சொந்தச் சகோதரர்களையே மணந்து, ஆட்சிக்காக கொலையும் செய்தாள் என்று எகிப்து வரலாறு

நமக்குப் பாடம் கற்பிக்கிறது. பரசுராமன் கதையில், தந்தையின் ஆணையை நிறைவேற்ற தாயின் தலையை கொய்த மகனின் கதை நமக்குத் தெரியும். ஆகையால், ரத்தபந்தத்திற்கிடையே ஏற்படும் மரணம் என்பது வரலாற்றுரீதியில் நமக்கு அதிர்ச்சியளிப்பதாக இல்லை.

ஆனால், மலேசியா போன்ற இஸ்லாமிய நாடுகளில், 5 வயதிலிருந்தே நன்னெறியையும், பாசத்தின் அடிப்படையில் வளர்க்கப்படும் சிறுவர்கள் பின்னாளில் கொலையாளிகளாக எப்படி மாறுகின்றனர் என்பது காலத்தின் கோலம்தான்.

குவாங்கில், தீபாவளி விருந்தில் சந்தோஷமாக ஈடுபட்டிருந்த அண்ணன் தம்பிக்கிடையே வாக்குவாதம் ஏற்பட்டு, கைகலப்பில் தொடங்கி, அண்ணனின் மரணத்தில் முடிந்தது. கடந்த நவம்பர் 18 ஆம் தேதி காலை தொழுகையில் ஈடுபடவிருந்த தந்தையை, மகன் ஒருவன் கட்டையாலும் மூங்கிலாலும் தொடர்ந்து தாக்கியதில் அந்த 71 வயது முதிய அப்பா மரணமடைந்தார்.

ஒரே வாரத்தில் நடந்த இந்த இரண்டு கொலைகளுக்கும் சில ஒற்றுமைகள் இருக்கின்றன. அதாவது, இந்தக் கொலையில் மரணமடைந்தவர்கள் மற்றும் கொன்றவர்கள் சொந்த ரத்தசம்பந்தம் கொண்டவர்கள். மேலும், கொலையாளிகள் என நம்பப்படுபவர்கள் மனநிலை பாதிக்கப்பட்டவர்கள். இந்த இரண்டு கொலைகளை மட்டும் மாதிரியாகக் கொண்டு ரத்தசம்பந்தங்களிடையே பாதுகாப்பு இல்லை என்று கூறுவது அபத்தம் என சிலர் கூறலாம். உண்மையில், கடந்த 3 வருடத்தில் ரத்தசம்பந்தங்கள் சம்பந்தப்பட்ட மரணங்கள் ஆறுக்கும் மேலாகும்.

ஊடகப் பார்வைக்குவந்த தகவலின்படி முதல் சம்பவம், மே மாதம் 2ஆம் தேதி 2012ஆம் ஆண்டு நடந்தது. தனது தந்தையின் பிரேதம் கிடப்பதாக தாமே போலீஸ் நிலையத்திற்கு வந்த தகவல் கொடுத்த 15 வயது இந்திய ஆடவனை போலீஸ் சந்தேகத்தின் பேரில் தடுத்துவைத்து விசாரித்ததில் அவன், தனது தந்தையின் வயிற்றில் கத்தியால் குத்தி கொலைசெய்தது தெரியவந்தது.

இரண்டாவது சம்பவம், ஜூலை 8ஆம் தேதி 2014ஆம் ஆண்டு, மலாக்காவில், கம்போங் காஜாவில் நடந்தது. தந்தை தனது இளைய மகனை கட்டையால் அடித்துக் கொன்றார்.

மூன்றாவது சம்பவம், இந்த வருடம் அக்டோபர் மாதம் 19ஆம் தேதி நடந்தது. கோத்தா கினபாலுவில் அந்த கொடூரம் நடந்தது. போதைப்பொருள் வாங்குவதற்கு பணம் தர மறுத்த பாட்டியை பேரன் கொடூரமாக 12 முறை கத்தியால் குத்தி கொலைசெய்தான்.

நான்காவது சம்பவம், நவமபர் 10ஆம் தேதி செராசில் நடந்தது. சகோதரன் சகோதரிகளுக்கிடையே ஏற்பட்ட பலத்த சண்டையை தடுப்பதற்கு ஈடுபட்ட தாய் அடித்துக் கொல்லப்பட்டார்.

ஐந்தாவது சம்பவம், நவம்பர் 14ஆம் தேதி, சண்டையின்போது அண்ணனை தம்பி மூர்க்கமாகத் தள்ளிவிட்டதில் விழுந்து உயிரிழந்தார்.

ஆறாவது சம்பவம், நவம்பர் 18ஆம் தேதி, முதிய தந்தையை கட்டையாலும் மூங்கிலாலும் தொடர்ந்து பலமுறை தாக்கியதில் அந்த 71 வயது அப்பா மரணமடைந்தார்.

இந்த ஆறு சம்பவங்களும் சமூக அமைப்புக்கிடையே பெரும் பாதிப்பை ஏற்படுத்தியுள்ளன. நாகரிகம் வளர்ந்துவரும் இந்த நூற்றாண்டில் மனித உறவுகளுக்கான அணுக்கம் மலிந்துவருகிறது என்பதையும் மறுப்பதற்கு இல்லை. இந்நிலை எங்கு கொண்டுபோய் நிறுத்தும் என்ற அச்சமும் ஏற்படாமல் இல்லை.

இதற்கிடையில் நாட்டு மக்களுக்கு வேலியாக இருந்து பாதுகாப்பு அளிக்கவேண்டிய காவல் துறையினர், மக்கள் எனும் பயிரை மேயத் தொடங்கிவிட்டது. மேலும் அச்சுறுத்தும் தகவலாகும்.

கடந்த 2.2.2013ஆம் ஆண்டு அன்று இரவு 7.30 மணியளவில் தலைநகர் மிரானா தங்கும் விடுதியிலிருந்து போலீஸ்காரர்கள் எனக் கூறிகொண்ட நான்குபேர்கொண்ட கும்பல் நாஸா ரக காரில் தொழிலதிபர் டத்தோ டாக்டர் கோபாலகுருவை கடத்தியதாக போலீசில் புகார் செய்யப்பட்டது.

ஆனால் கடந்த இரண்டு வருடங்களுக்கும் மேலாக அவரைக் குறித்து எந்தத் தகவலையும் போலீசாரால் கண்டுபிடிக்க முடியாமல் இருந்தது. இதுகுறித்த அதிருப்தியை டத்தோ கோபாலகுருவின் மனைவி தொடர்ந்து வெளிப்படுத்திக் கொண்டிருக்கிறார்.

அதன் தொடர் வெளிப்பாடாக ஆகஸ்ட் 13ஆம் தேதி வழக்கறிஞர் பி.உதயகுமார் தலைமையில் புக்கிட் அமான் போலீஸ் வளாகத்திற்கு முன்பு, போலீஸ்காரர்களால் கடத்தப்பட்டிருக்கலாம் என நம்பப்படும் 12 பேருக்காக அமைதியான முறையில் நடத்திய மறியலில் டத்தோ கோபாலகுருவின் மனைவி சத்யவாணியும் கலந்துகொண்டார்.

இதற்கிடையில், டத்தோ கோபாலகுரு காணாமல்போன அன்று அணிந்திருந்த காலணியும், இடைவாரும் கண்டுபிடிக்கப்பட்டதாக போலீஸ் அண்மையில் தெரிவித்திருந்தது. சிலாங்கூர் உலு லங்காட், நெகிரி செம்பிலானின் அம்பாங்கானுக்கு இடையே உள்ள பின்புறச் சாலையில் போலீஸ் சோதனை மேற்கொண்டதில் அந்தப் பொருள்கள் மட்டுமே கண்டுபிடிக்கப்பட்டன. ஆனால் அது டத்தோ கோபாலகுருவுடையதுதானா என்று போலீஸ் உறுதி செய்யவில்லை.

இந்தச் சம்பவத்தில் ஈடுபட்டது 3 போலீஸ்காரர்கள் எனக் கண்டுபிடிக்கப்பட்டது, பொதுமக்களிடத்தில் அதிர்ச்சியை ஏற்படுத்தியுள்ளது, கடந்த ஆறு ஆண்டுகளுக்கும் மேலாக கடத்தல், கொலைபோன்ற சம்பவத்தில் இந்தப் போலீஸ்காரர்கள் ஈடுபட்டு வந்திருக்கலாம் என போலீஸ் சந்தேகிப்பதாகத் தெரியவந்துள்ளது.

கடந்த மாதம் நாட்டில் பரபரப்பாக பேசப்பட்ட கணேசன், மனோகரன் சகோதரர்களின் கொலையில் ஈடுபட்டதும் இந்த கும்பலைச் சேர்ந்தவர்கள்தான் எனவும் கூறப்படுகிறது. அதன் அடிப்படையில் பார்க்கும்போது, தனிப்பட்டவர்களை கடத்தி, அவர்களை படுகொலை செய்யும் சம்பவம் தொடர்பாக இதுவரை 6 போலீஸ்காரர்கள் கைது செய்யப்பட்டுள்ளனர் என்பது குறிப்பிடத்தக்கது. கைது செய்யப்பட்டிருக்கும் போலீஸ்காரர்களிடத்தில் மேற்கொண்ட விசாரணையில், டத்தோ கோபாலகுரு குறித்து தகவல்பெற்றதாகவும் அதன் அடிப்படையிலேயே குறிப்பிட்ட இடத்தில் தேடுதல் வேட்டையை மேற்கொண்டதாகவும் போலீஸ் தரப்பில் கூறப்படுகிறது.

போலீஸ் என்ற அடையாளத்தை வெளிப்படுத்தி கைது செய்து கூட்டிச்செல்பவர்கள் போலி போலீஸ்காரர்களாக இருக்குமோ என்ற அச்சத்தை எப்படித் தவிர்ப்பது என்று தெரியாதவேளையில் உண்மையில், போலீஸ்காரர்களே இதுமாதிரியான கொலைச் சம்பவத்தில் ஈடுபடுவது நாட்டில் பெரும் அச்சத்தை ஏற்படுத்தியுள்ளது.

டத்தோ கோபாலகுருவைப் போன்றே 6 ஆண்டுகளுக்கு முன்பு காணாமல்போன மற்றொரு தொழிலதிபர் அன்பழகன் சுவாமிநாதனின் நிலையையும் இதுவரை கண்டுபிடிக்க முடியவில்லை. தனது நண்பரைச் சந்திப்பதாக 4.8.2009ஆம் ஆண்டு ரவாங் புக்கிட் செந்தோசாவிலிருந்து புறப்பட்டுச் சென்றவர் மீண்டும் திரும்பவே இல்லை. இதுகுறித்து அவரின் மனைவி ச.ஜெயந்தி போலீசில் புகார் செய்தார்.

இப்படியான கொலைச் சம்பவங்கள் நாட்டில் பெரும் தாக்கத்தை ஏற்படுத்திருக்கும்வேளையில், தடுப்புக் காவலில் இருப்பவர்கள் மரணமடையும் சம்பவங்களும் இன்னும் தீர்ந்தபாடில்லை. சந்தேகத்தின் பேரில் கைது செய்யும் ஒருவரை 24 மணி நேரத்திற்குள் மாஜிஸ்திரேட் அல்லது அல்லது நீதிபதிக்குமுன் நிறுத்தவேண்டும் என்கிறது மலேசிய சட்டம். மேலும், கைது செய்யப்பட்டவரின் தடுப்புக்காவல் நீட்டிக்க வேண்டும் என்றால் அதற்கான காரணத்தை முன்மொழிய வேண்டும். அவர் எத்தனை நாள் தடுப்புக்காவலில் வைக்கப்பட வேண்டும் என்பதையும் நீதிபதிதான் முடிவுசெய்வார். ஆனால், 24 மணி நேரத்திற்குள் கைது செய்யப்பட்டவர்கள் உயிரோடு இருப்பதே தற்போது பெரியவிஷயம் என்றாகிவருகிறது. கடந்த 2011ஆம் ஆண்டிலிருந்து 2014 வரை தடுப்புக்காவலில் மரணம் அடைந்தவர்களின் மரண எண்ணிக்கை 63 ஆகும். இது, அதிகமான உயிரிழப்பாக மனிதவள ஆர்வலர்கள் வரையறுக்கிறார்கள்.

பாரம்பரிய சமையல் யாருக்குச் சொந்தம்

ஆயக்கலைகள் அறுபத்து நான்கு என்கிறது இந்திய கலாச்சாரம். அதனுள் சமையல் கலையை சேர்க்கவே இல்லை. இன்று உலகமே சமையற் கலையைக் கொண்டாடும்வேளையில், ஆயக்கலைகளில் ஒரு கலையாக சமையற்கலையை ஏன் மரபுக் காலத்தில், சேர்க்கவில்லை என்ற காரணம் எனக்குத் தெரியவே இல்லை.

அப்படியே சமையற்கலையை அதனுள் அனுமதித்திருந்தால் அறுபத்து நான்கு கலைகளில் மிகவும் நுட்பமான கலை அதுவே எனக் கூறுவேன். இன்று நுட்பமான கலை சமையற்கலை என்றுகூறும் நான், என் பதின்ம வயதுவரை அடுக்களை பக்கமே போனதில்லை என்றால் நீங்கள் நம்புவீர்களா?

மிகவும் அன்னியத்திருந்த சமையலறை என் வாழ்வில் நெருங்கி வந்தது மிகவும் அண்மையில்தான். சரியாகச் சொன்னால் என் தந்தையார் மறைவிற்குப் பின்புதான்.

இதுவரையில் மலேசிய இந்தியர்களுக்குத் தெரிந்த உணவுகளும், தெரியாமல்போன உணவுகளும் தெரிந்திருந்தும் ஒரு காலவரையறைக்குப் பிறகு காணடிக்கப்பட்ட உணவுகளும் ஏராளம். “என் பாட்டி பட்டமிளகாயைக் காயவைத்து அம்மியில் அரைத்துக் கறிவைப்பார். அந்தமாதிரி குழம்பு வகைகளைச் சாப்பிட என் பிள்ளைகளுக்குக் கொடுத்துவைக்கல” என்பார், எனது பாட்டி. காரணம் கேட்டால், அந்தக் காலத்து பலசரக்குமாதிரியா இப்போ இருக்கு? எல்லாம் கலப்படம் என்பார். இருந்தபோதிலும் பாட்டி எனக்கு நினைவு

தெரிந்த நாள்வரை பட்டமிளகாய், மிளகு, சோம்பு, அன்னாசிப்பூ பட்டை உள்ளிட்ட பொருட்களை வறுத்து, மாவு அரைக்கும் ஆலையில் அரைத்துத்தான் குழம்புக்கான மசாலா தூளை தயார் செய்வார். ரெடிமேட் மசாலா பொருட்களில் அவருக்கு எப்போதும் உவப்பில்லை.

எங்கள் குலதெய்வத்திற்குப் படையல் சமைக்கும்போது மூக்கையும் வாயையும் துணியால் கட்டி வாசனையை முகராமலும், ருசி பார்க்காமலும் சமைத்துத் தெய்வத்திற்குப் படைப்பார்களாம். 'படையலுக்குப்பின் கொடுக்கும் பிரசாதம் தேன்போல இருக்கும்' என்று, அவர் அம்மாவின் பெருமையை என் பாட்டி தம்பட்டம் அடித்துக்கொள்வார். அந்த வழக்கமும் நடுச்சாமத்தில் சமைத்து உண்ணும் பாரம்பரியத்தையும் எனக்குத் தெரிந்த நாள் வரை பார்த்ததேயில்லை.

அதேபோல, என் பாட்டி சமைத்துக் கொடுத்த உணவை, என் நுனிநாக்கு அறிந்திருந்த ருசியை என் அம்மாவால் கொடுக்க முடியவில்லை. பாட்டி சமைக்கும் கம்பங்கூழ், கேழ்வரகு அடை, சுறாமீன் புட்டு, வாழைத்தண்டு மசியல் என எதுவுமே என் அம்மாவிற்கு செய்யத் தெரியாது. இன்றும் பெயர்தெரியாத எத்தனையோ பதார்த்தங்கள் என் பாட்டியோடு முடிந்து போய்விட்டன. இந்த நிலை எனக்கு மட்டுமல்ல, 80% விழுக்காடு மலேசிய இந்தியக் குடும்பங்களின் சோகக்கதை இதுதான் என்றால் அது மறுப்பதற்கில்லை. எண்ணிலடங்கா எத்தனை எத்தனையோ இந்திய பாரம்பரியப் பலகாரங்களின் செய்முறையையும், சுவையையும் அறிந்திடாமலும் தெரிந்திடாமலும் இருக்கிறார்கள் மலேசிய இந்தியர்கள்.

இரு பாட்டிகளின் கைவரிசையில் (அப்பாவின் அம்மா, அம்மாவின் அம்மா) நானும் எனது உடன்பிறப்புகளும் உணவை உட்கொண்டது, அது ஒரு பொற்காலம் என்பேன். என் சுயசரிதையை எழுத நேரிட்டால் என் பாட்டிகளின் சமையலைப்பற்றிப் பதிவு செய்யாமல் விடப்போவதில்லை. உளுத்தம் பருப்பை ஊறவைத்து, நைய அரைத்து, ஆவியில் வேகவைத்து கருப்புச் சீனியையும், வெல்லத்தையும், சிறிது நெய்யையும் கலந்து விழுதுபோல் பிசைந்து சிறிய உருண்டைகளாக உருட்டிக் கொடுப்பார் எனது பாட்டி. வயதுக்கு வந்த பெண்கள் சாப்பிடும் உணவு அது. அதைச் சாப்பிட்டால் இடுப்பெலும்பு பலம்பெறும் என்பார்கள். பூப்படைந்த காலகட்டத்தில்தான் அந்த உணவைக் கொடுக்க வேண்டுமாம். அப்போது கொடுக்கப்படும் சத்தான உணவுகள் எல்லாம் பெண்களின் பிரசவ காலத்தில் துணை கொடுக்கும் என்று காரணம் சொல்லியே கொடுப்பார்கள். உண்மையில், அத்தனை சுவையான பதார்த்தத்தை இன்று வரை நான் புசித்ததில்லை. நானே தயார் செய்தும் அந்த ருசி வரவில்லை.

அம்மாவிடம் கேட்டதற்கு அதைப் பாட்டி செய்தால்தான் நல்லா இருக்கும்; தனக்கு செய்யத்தெரியாது எனக் கூறிவிட்டார். என் தோழிகளும் அம்மாதிரியான பதார்த்தங்களை உண்டதில்லை என்கின்றனர்.

என் பாட்டி தமிழ்நாட்டிலிருந்து 12 வயதில் மலாயாவுக்கு திருமணமாகி வந்தவர். அந்த வயதிலும் அவருக்குச் சமையல், வீட்டு வேலை எல்லாம் பாரம்பரிய முறை தவறாமல் தெரிந்திருந்தது. மாங்காய் காய்க்கும் பருவத்தில் பாட்டி பறித்த மாங்காய் பிஞ்சுகளைத் துண்டுகளாக்கி வெயிலில் உலர்த்தி மண் ஜாடியில் இட்டு, கறிவேப்பிலை, கடுகுதாளிப்பு, பட்டமிளகாய் போட்டு நல்லெண்ணெயில் தாளித்து கருப்புச் சீனி பாகெடுத்து மாங்காய் வத்தல் செய்வார். பாட்டிலில் அடைத்து பாட்டி கொண்டுவரும்போது வாசனை அள்ளும். உதிரி உதிரியாய் இருக்கும் மாவடுக்களைப் புசிப்பதற்கு நாக்கு துடிக்கும். ஆனால் 'ரகசிய சமையல் குறிப்புகள்' என்ற பேரில், அதைச் செய்யும் முறையை இறுதிவரை பாட்டி கற்றுத்தரவே இல்லை. மண்சட்டியில் வைத்த வெண்டைக்காய் குழம்பு, புளிச்சக்கீரை அரையல், புதினா துவையல், தேங்காய்ப்பூ துவையல் போன்றவை என் பாட்டியின் கைப்பக்குவத்திற்குமுன் யாரும் நிற்கமுடியாது. இன்னும் பொட்டுக் கடலையில், உருளைக்கிழங்கில், பட்டாணியில் செய்த இன்னும் பெயர் மறந்துபோன, சுவை மறந்துபோன சமையல்கள் 'பாட்டியின் ரகசியக் குறிப்புகளில் அடங்கிப்போனது. அந்தக் காலத்தில் குழந்தைப் பேறு கண்டிருக்கும் தாய்மார்களுக்கென்றே உரித்தான உணவு முறைகளும், பாட்டிகளோடு முடிந்துவிட்டபடியால், பாட்டி வைத்தியம் என்ற பேரிலும், சித்த வைத்தியம் என்றபேரிலும் அவர்களுக்கான பத்திய உணவுகள் புட்டிகளில் அடைத்து விற்பனைக்கு வந்துவிட்டன. எனக்கு நினைவுதெரிந்த காலத்திலிருந்து பாட்டி 'பிளண்டரையோ' 'ரைஸ் குக்கரையோ' உபயோகித்தது கிடையாது. எவ்வளவு நேரம் ஆனாலும் ஆட்டுக்கல்லில்தான் இட்லிக்கும், தோசைக்கும் மாவை ஆட்டுவார். பொசக்கெட்டவன் கண்டுபிடிச்ச 'மிசுனுங்க' என்று பாட்டி இந்த இயந்திரங்களைத் திட்டாத நாட்களே இல்லை. எப்பேர்ப்பட்ட துவையலும் பாட்டியின் அம்மிக்குப் பதில் சொல்லியே ஆகவேண்டும்.

பாட்டிகளின் கைமணம் பண்டிகை நாட்களில்தான் சற்று கூடுதலாகவே மணக்கும். முறுக்கு, அதிரசம், லட்டு, கெட்டி உருண்டை, சிட்டுருண்டை போன்றவற்றைச் செய்வதற்கு எங்கள் வீட்டு உரல் திமிறிக்கொண்டு அடிவாங்கும். 'கணங் கணங்' என்று கைமாற்றி அரிசி இடிப்பதற்கும், அந்த இசையைக் கேட்பதற்கும், அந்த உடற்பயிற்சியை செய்வதற்கும் யாருக்குமே இந்தக் காலத்தில் பொறுமையும் இல்லை; அதற்கான நேரமும் இல்லை. 'ரெடிமேட் உணவுகளும், துரித உணவுகளும் தலைவிரித்து ஆடும் காலம் இது. கைப்பக்குவமோ,

நுணுக்கமோ எந்த வெங்காயமும் நகர (நரக) வாழ்க்கைக்குத் தேவை இல்லை. இந்திய மரபில் ஊறிப்போன வெண்பொங்கலைக் கூட ரெடிமேட் உணவாகக் கொண்டுவந்து வியாபாரிகள் கல்லாவைக் கட்டிக்கொள்கிறார்கள்.

நோய் கண்டிருக்கும் காலத்தில் கொடுப்பதற்காகவே சில மருத்துவ முறைகளை உணவாக வைத்திருப்பார் எனது பாட்டி. கடும் காய்ச்சலுக்கு சுக்குக் கசாயம், வயிற்று வலிக்கு பூண்டு லேகியம், நெஞ்சில் அடைத்துக் கொண்டிருக்கும் சளிக்கு முருங்கை இலையின் சாறு என ஏதாவது கைமருத்துவம் பாட்டியின் கைவசம் இருந்துகொண்டே இருக்கும். அந்தப் பக்குவங்கள் இன்று என் அம்மா, பாட்டியான பிறகும் இல்லை. இனி எங்குச் சென்று தேடுவேன் என் பாட்டிகளின் கைப்பக்குவத்தை. தவறியாவது அந்தப் பக்குவம் யாருடைய கையிலாவது அமைந்திருக்கலாம். அதைத் தேடிக்கொண்டே இருக்கும் என் தேடல்கள் தோற்றுக்கொண்டே போகின்றன. இன்றைய தினத்தில் என் பாட்டிகளின் சமையல் சுவையும், மணமும், கற்பனைக்கு எட்டாமல் போய்க்கொண்டு இருக்கின்றன. எண்பது சதவிகித மலேசிய இந்தியர்களின் நிலையும் இதுதான் என்பது என் கணிப்பு. என் பாட்டி உபயோகித்த உரல், அம்மி, இடிகல், ஆட்டுக்கல், ஏந்திரம் போன்றவை கேட்பாரற்றும், தொடுவாரற்றும் கிடக்கின்றன; தொல்பொருள்காட்சி சாலையில் இருப்பதுபோலவே.

என் துணைவர் மலையாளியாதலால் சில மலையாள உணவுகளையும் புசிப்பதற்கு இப்பிறவியில் எனக்கு வாய்ப்பு வாய்த்துள்ளது. என் மாமியார் செய்யும் இஞ்சிப்புளிக்கும், வறுத்து உடைத்துச் செய்யப்படும் பாசிப்பயிர் பாயாசத்துக்கும், கருப்பட்டியை உருக்கிச் செய்யும் சாக்லேட்டுக்கும், ஆட்டிறைச்சி வறுவலுக்கும் நான் ரசிகை. அந்தச் சமையலை கற்றுக்கொள்வதற்கான வாய்ப்பு நகரவாசியான எனக்கு இன்றுவரைக்கும் வாய்க்கவில்லை.

சில உணவுகள் இன்னாருடையது என்றும் வரலாறு சொல்கிறது. இடியப்பம், புட்டு, அவியல் போன்ற உணவுகள் கேரளத்திலிருந்து பிரபலமடைந்தது. பிரியாணியை இந்திய முஸ்லிம் சமூகத்தினரிடமிருந்து உலகம் முழுவதும் பிரபலமடைந்தது.

சிறந்த மசாலாக்களை தமிழர்கள்தான் கண்டுபிடித்தார்கள் என்று தெலுங்கு சமூகத்தைச் சேர்ந்த எனது தோழியிடம் கூறினேன். சண்டைக்கு வந்துவிட்டார் அவர். வரலாற்றை புரட்டிப்பார் என்று ஒரே போடாகப் போட்டுவிட்டார். இனிப்புகாரம் அனைத்தும் அவர்கள் பாரம்பரியத்தில் வந்ததாம். நமக்கு என்னதான் பாரம்பரிய உணவு என்று எனது தமிழக நண்பரிடம் கேட்டேன். தினை, கேழ்வரகு என்றார். அங்கேயும் நமக்குக் கஞ்சியும் கூழும்தானா என்று ஏமாற்றமாகவே இருந்தது.

எனது இலங்கை நண்பர் ஒருவரிடம் கேட்டேன், உங்கள் பாரம்பரிய உணவு என்னவென்று. சோறும் கறியும் என்றார். அதுவும் மறுப்பதற்கில்லைதான். கி.மு.800ஆம் ஆண்டு காலகட்டத்தில் இலங்கையில் அரிசி இருந்ததற்கான ஆவணச் சான்றுகள் உள்ளதாக விக்கிப்பீடியா தகவல் கூறுகிறது. அண்மையில், இலங்கைக்குப் பயணம் போய்வந்த எனது தோழி சொன்னாள், பால் அப்பத்தின் நடுவில் முட்டை உடைத்துப் போட்டுத் தருகிறார்கள் என்று. எனக்கு மயக்கமே வந்துவிட்டது. அந்தச் சுவை எனக்கு கற்பனைக்கெட்டாத பிம்பத்தை எல்லாம் கண்முன் கொண்டு வந்தது. ஆனால், அதைச் சுவைக்காமல் வந்தால், பயணமே முழுமை இல்லை என்று ஒற்றை வார்த்தையில் தெரிந்துகொண்டேன், இலங்கை மக்கள் மனதில் அந்தப் பால்அப்பம் பிடித்திருக்கும் இடத்தை. அதேபோல் அங்கு சொதி (தேங்காய்ப்பால் கறி) பிரதான உணவு என்று எனது புலம்பெயர் இலங்கை நண்பர் சொன்னார். தமிழ்நாட்டில் சொதி என்ற சொல்லே பயன்படுத்த மாட்டார்கள் என்ற தகவலையும் அவர் தெரிவித்தார். ஆனால், மலேசியத் தமிழர்களிடத்தில் சொதி ஏழைகளின் உணவாக பலகாலம் இடம்பிடித்துள்ளது. இன்று சொதி பிரமாண்ட உணவாக இறைச்சியையும், மீனையையும் போட்டு வைக்கப்பட்டாலும், வெறும் சுரைக்காயைப் போட்டு வெந்தயத்தில் தாளித்து வைக்கும் சொதிக்கு மணமே தனிதான்.

மலேசியாவைப் பொறுத்தவரை அனைத்து இனத்தவரும் விரும்பி உண்ணும் நாசி லெமாக், சாத்தேக், ரெண்டாங், டோடோல் போன்ற உணவுகள் மலாய்க்காரர்களின் பாரம்பரிய உணவு என்று கூறினாலும் அது அவர்களின் உணவு அல்ல. அது எங்களின் உணவு என இந்தோனேசியர்கள் கூறுகிறார்கள். மலேசிய தேசிய உணவு என்று கெத்துபாட்டைச் சொல்கிறார்கள். அதுவும் எங்களுடையதுதான் என இந்தோனேசியர்கள் சொல்கிறார்கள்.

முந்தைய காலத்திலிருந்து என் பாட்டியின் காலம்வரை எல்லா சமூகத்திலும் உணவே மருந்தாக இருந்தது. இன்று நகர வாழ்க்கையில் மருந்தே உணவாக மாறிவிட்ட கொடுமை நடக்கிறது. பசிக்காமல் இருப்பதற்கும், உடல் இளைப்பதற்கும், எடை குறைவதற்கும், கூடுவதற்கும், ஆரோக்கியத்திற்கும், குடும்பக் கட்டுப்பாடுகளுக்கும் வாழ்வது முதல் சாவது வரை மருந்தின் செயல்பாடு கொடிகட்டிப் பறக்கிறது. நகரம் வாங்கிவந்த சாபம் என்று தலையில் அடித்துக் கொள்வதைத்தவிர வேறொன்றும் தோன்றவில்லை. சோறு வடித்த தண்ணீரை அதாவது நீராந்தண்ணியை (வடிகஞ்சியை) எத்தனை பேர் குடித்திருக்கிறார்கள் என்றால் கை தூக்குபவர் அந்தக் காலத்து மனிதர்களாகத்தான் இருப்பார்கள். சோறு வடித்த தண்ணியில் அத்தனை சத்துகள் இருப்பதாக எங்கோ படித்த ஞாபகம். இனி ஆரோக்கிய உணவுகள் ஞாபகங்களில் மட்டும்தான் இருக்குமோ?

வார்த்தைகள் தோற்குமிடத்தில் துவங்கும் துயரிசை

மிஷ்கினின் திரைப்படங்களில் வரும் வயலின் இசையைப் போன்று நான் வேறு எங்கும் வயலினை ரசித்ததில்லை. அதற்குமுன்பு எனக்கு பியானோ, வீணை மற்றும் புல்லாங்குழல் இசை மிகவும் பிடிக்கும். பார்வையை இழந்த என் தாத்தா புல்லாங்குழலை கையில் எடுக்கும்போதெல்லாம் புளகாங்கிதம் அடைவேன். அப்போது எனக்கு வயது *6* தான். புல்லாங்குழல் எப்போதும் சாமி மேடையிலேயே இருக்கும்.

தாத்தா எப்படி புல்லாங்குழல் வாசிக்க கற்றுக்கொண்டார் என்று தெரியவில்லை. குழலின் துளைகளைத் தடவித்தடவி விரல்களைப் பதித்து வாசிக்கும்போது பிரவகிக்கும் இசையலைகள் வழியாக அவர் பிரபஞ்ச மொத்தத்தையும் பார்க்கத் துவங்குகிறார் என எண்ணியிருக்கிறேன். தாத்தாவுடன் அதிகமாக இருந்த காரணத்தினாலும் எதையுமே உற்று நோக்குகின்ற குணம் என்னிடம் இயற்கையிலேயே இருந்ததாலும் நான் அதை ஆசையோடு பார்த்துக்கொண்டிருப்பேன். தாத்தா குழலைக் கீழே வைத்துவிட்டால் அத்தனை வாஞ்சையோடு எடுத்து ஊதுவேன். ஆனால், என்னை மட்டும் அந்தக் குழலுக்கு பிடித்ததே இல்லை. என் சின்ன வாயிலிருந்து வெளிப்படும் காற்றை அந்தக் குழல் அதனுள் இசையாக மாற அனுமதித்ததே இல்லை. இருந்தாலும் அதைக் கையில் வைத்திருப்பது எனக்குப் பெருமையாக இருக்கும்.

ஒரு காலகட்டத்திற்குப் பிறகு வீணை இசையின்மீது காதல் வந்தது. வீணையின் மீதுதான் அந்தக் காதலா எனத் தெரியவில்லை.

அவ்விசைக்கருவியை ஆண் மீட்டுவதற்கும், பெண் மீட்டுவதற்கும் வித்தியாசம் இருக்கிறது. வீணையை ஒரு பெண் மீட்டும்போது அத்தனை கடாட்சமாக இருக்கும். வீணைமீது அலாதியான காதல் இருந்தாலும் என் வாழ்நாளில் நான் வீணையைத் தொட்டதே இல்லை. ஆனால் புல்லாங்குழல் இசையை நான் இப்போதும் கேட்கிறேன். மூன்று வெவ்வேறு இசைதரும் குழல்கள் வீட்டில் இருக்கின்றன. எந்த பயிற்சியும் இல்லாத சந்துரு அதை எடுத்து ஊதும்போதெல்லாம் ஏதாவது இனிமையான, நூதனமான இசை வெளிப்படும். நான் அதை புன்னகையோடு ரசிப்பேன்/ரசிக்கிறேன்.

கேட்ட மாத்திரத்தில் நான் மெய்மறந்து லயித்தது மிஷ்கினின் திரைப்படங்களில் வரும் வயலின் இசையைத்தான். 80களில் வந்த தமிழ்த் திரைப்படங்களின் துக்கக் காட்சிகளில் வரும் நாதஸ்வர இசையைப் போன்று இல்லை மிஷ்கினுடைய வயலின் திரையிசை. கண்ணை மூடிக்கொண்டு கேட்டால் உயிரே போய்விடும்போலிருக்கும். வருத்தமாக இருக்கும்போது அந்த இசையைக் கேட்கவே கூடாது, நிலைமை ரொம்ப மோசமாகிவிடும். திக்குத் தெரியாமல் திண்டாடும் நிலைதான் அது. இயக்குனர் மிஷ்கினின் திரைப்படங்களில் பயன்படுத்தும் வயலின் இசை 'In the mood for love' உள்ளிட்ட புகழ்பெற்ற படங்களின் திரையிசையின் 'நகல் வடிவம்' என நண்பர்கள் பலரும் தெரிவித்தனர். அது உண்மையாகவே இருந்துவிட்டுப் போகட்டும். அம்மாதிரியான உயிர் உருகும் இசையை தமிழ்ச்சமூகம் அப்படியாவது கேட்டு ரசிக்கட்டுமே.

சீனர்களின் பழம்பெரும் பாரம்பரியத்தில் தெரிந்துகொள்ள வேண்டிய பலவிஷயங்கள் பேசப்படாமலேயே இருக்கிறது. அதிலும் சீனர்களின் இசையையும், இசைக்கருவிகளையும் பெரிதாக இதுவரை யாரும் பேசியதே இல்லை. யாழ் மாதிரியான பல இசைக்கருவிகள் சீனப் பாரம்பரியத்தில் இருந்தாலும் அவை பெருவாரியாக சோக கீதங்களையே வெளிக்கொணர்ந்து கொண்டிருக்கின்றன.

அம்மாதிரியான சோக இசைக்கு கொஞ்சமும் குறைச்சல் இல்லாதது Er-Hu இசைக்கருவின் இசை. 'சீன வயலின்' என்றழைக்கப்படும் Er-Hu, விளிம்பு நிலை மக்களால் வாசிக்கப்படுவது, குறிப்பாக பார்வை இழந்தவர்கள் வயிற்றுப் பிழைப்புக்காக அந்த இசையை தெருக்களில் வாசித்து யாசகம் பெற்றிருக்கிறார்கள். ஓர் இசை உயிர் கொல்லுமெனில், அது மறைந்திருக்கும் துக்கத்தை வெளியில் கொண்டு வரும் எனில், பலவீனப்படுத்தி உடையச்செய்யும்மெனில், பழைய துயர நினைவுகளை மீண்டும் நிழலாட வைக்குமெனில் என்னைப் பொறுத்தவரை அது Er-Huவின் இசைதான். மலேசியாவைச் சேர்ந்த Tommy Chin, Er-Hu இசைக்கருவியை வாசிக்கும் விதத்தை பார்த்தும், அதன் இசையைக் கேட்டும் அனுபவித்திருக்கிறேன்.

தன்னையும் அழவைத்து, கேட்பவரையும் அழவைக்காமல் விடாது அந்த இசை.

Er-Hu இசைக்கருவி குறித்துச் சொல்வதற்கு நிறைய சுவாரசியமான தகவல்கள் இருக்கின்றன. அந்த இசைக்கருவியே நுனி முதல் அடிவரை தகவல்களால் கோர்க்கப்பட்டிருக்கிறது எனலாம்.

Er-Hu இசைக்கருவியை உருவாக்கும்விதமே கொஞ்சம் விநோதமானதுதான். அதே வேளையில், துயரம் நிறைந்ததும்கூட. 1000 ஆண்டுகளுக்குமுன்பே தொடங்கிவிட்ட அந்த சோகமானது, 10ஆம் நூற்றாண்டிலிருந்து சீனாவில் நிரந்தரமாகத் தங்கிவிட்டது எனலாம்.

தொடக்க காலத்தில், Er-Hu இசைக்கருவியின் தந்திகள் Silk thread என்று சொல்லக்கூடிய பட்டிழையால் கோர்க்கப்பட்டிருந்தது என்று வரலாறு கூறுகிறது. 1950களில்தான் பட்டிழைகளுக்குப் பதிலாக வயலின் தந்திகளைக் கொண்டு செய்தார்கள். அந்த பரிட்சார்த்த முயற்சி நல்ல பலனைக் கொடுத்ததுடன் இசை வெளிப்பாட்டில் முன்னேற்றத்தையும் கொடுத்ததால் அதையே இன்றும் பயன்படுத்துகிறார்கள்.

Er-Hu இசைக்கருவியை ரத்த சந்தன மரக்கட்டையால் பாரம்பரியமாக செய்திருக்கிறார்கள். (இப்போது அந்த பாரம்பரியத்தைப் பின்பற்றுவதில்லை). அதன் கீழே இருக்கும் ஒத்திசைவுப் பெட்டியின் மேற்புறத்தோல் மட்டும் மலைப்பாம்பின் தோலால்தான் முன்பும், இப்போதும் செய்யப்படுகிறது. அந்த உயிரின் வலிதான் அதிர்ந்து, அதிர்ந்து இத்தனை சோகமான இசையை வெளிப்படுத்துகிறதோ என்றுகூட எண்ணத் தோணுகிறது. மேலும், முற்காலத்தில் Er-Hu இசைக்கப் பயன்படும் bow என்று சொல்லக்கூடிய யாழ்வில்லில் வெண்குதிரையின் வாலில் இருந்து பெறப்பட்ட நீண்டகேசம் தொங்கவிடப்படும்.(இப்போது அதையும் மாற்றி எளிமையாக்கி விட்டார்கள். பழைய மரபுப்படி, அந்த இசைக்கருவியை தற்போது செய்யாவிடினும், செய்யப்பட்ட சில மாற்றங்களால் Er-Hu இசையின் மேன்மைக்கு எந்த பங்கமும் நேரவில்லை.

Er-Hu இசையை உலக சினிமாவில், சீனர்கள், குறிப்பாக Ang Lee போன்ற சிறந்த திரைப்பட இயக்குனர்கள் நன்முறையில் பயன்படுத்தியுள்ளனர். 2000 ஆம் ஆண்டில் வெளியான 'Crouching Tiger and Hidden Dragon' என்ற திரைப்படத்தில் ஆங்க் லீ, தான் டுன் என்ற இசை இயக்குனரோடு இணைந்து Er-Hu இசையைப் பயன்படுத்தியிருந்தார். அந்த வருடம் ஆஸ்கர் விருது விழாவில் சிறந்த பிண்ணனி இசை உட்பட அந்தத் திரைப்படம் எட்டு விருதுகளை வென்றது. இதில் விசேஷம் என்னவென்றால், முதலில்

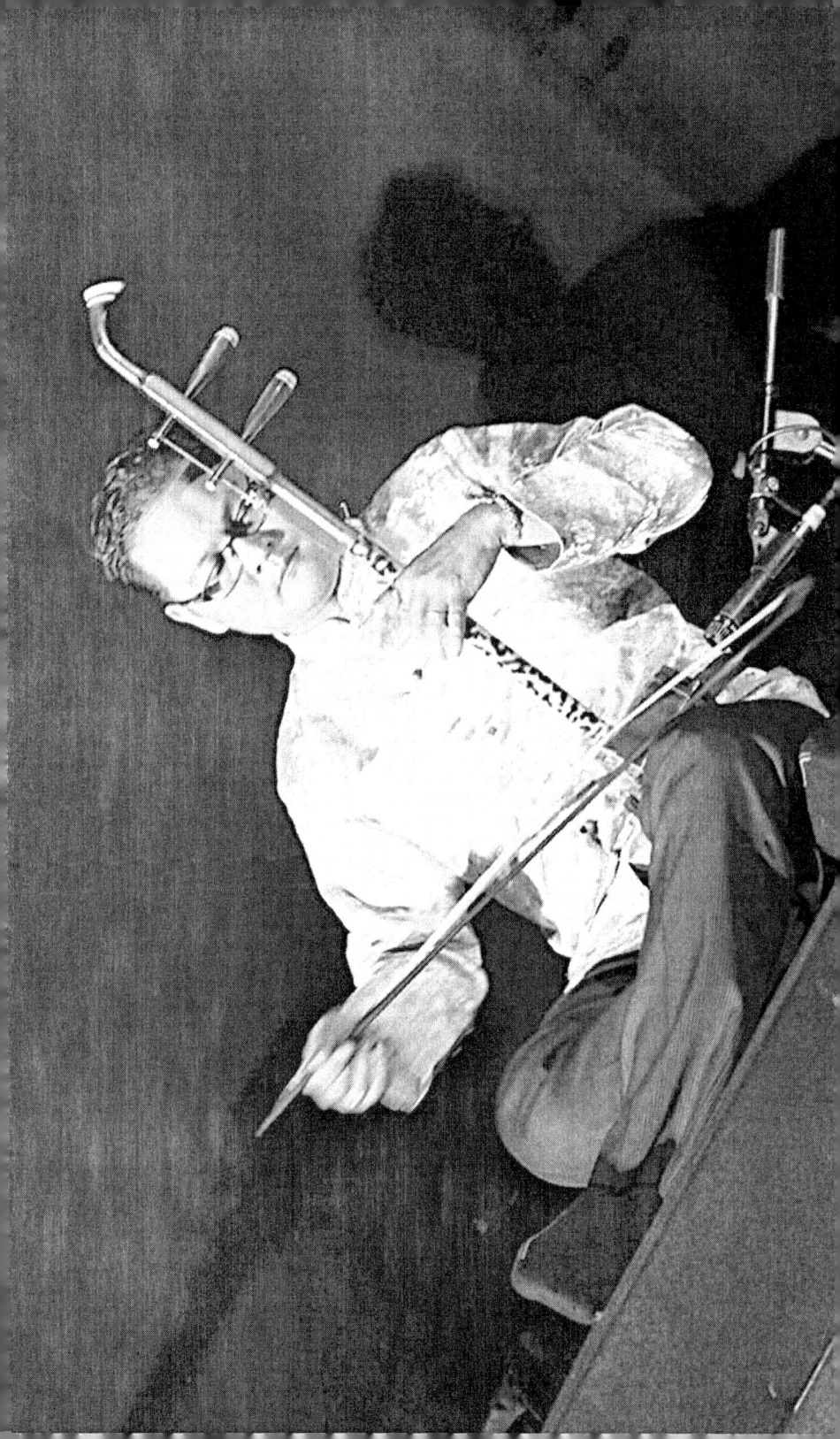

இந்தப் படத்தில் பிரபலமான Cello கலைஞரான YO YO MA-வை பயன்படுத்தி Cello இசை இசைக்கவைத்து முதல் இசைப்பதிவை முடித்தார்கள். Cello இசை பிரமாதமாக அமைந்திருந்தாலும் இசை இயக்குனர் தான் டுனுக்கு வேறு ஒரு எண்ணமும் மனதில் இருந்தது.

Cello போன்ற மேற்கத்திய இசை வாத்தியத்துக்கு இணையாக கிழக்கில் இருந்து சீனப் பாரம்பரிய வாத்தியமான Er-Hu இசையை இத்திரைப்படத்தினுள் கொண்டுவர வேண்டும் என தான் டுன் நினைத்தார். அதைச் செயல்படுத்த கரேன் ஹான் என்ற திறமைவாய்ந்த Er-Hu இசைக்கலைஞரை அணுகினார். கரேன் ஹான் வாசிப்பில் இரண்டாவது இசைப்பதிவு நிகழ்ந்தபின்னரே 'Crouching Tiger and Hidden Dragon' திரைப்படம் வெளியானது. பலரும் எதிர்பாராத விதமாக, இசை இயக்குனர் தான் டுன் எதிர்பார்த்தபடி Er-Hu இசை திரையில் பெரும் வரவேற்பினைப் பெற்றது. எழுத்து எப்படி ஒரு எழுத்தாளனைக் கண்டுகொள்கிறதோ அதுபோலவே இசையும் தனக்கானவர்களை தேர்ந்தெடுத்துக் கொள்கிறது என்றால் தவறில்லை.

இரண்டே தந்திகள், அதற்குமேல் சேர்க்கமுடியாது என்ற வரையறை, அதனாலேயே யாழ்வில்லை பயன்படுத்தி அதிக எண்ணிக்கையிலான இசைநுட்பங்களை Er-Hu கருவியிலிருந்து வெளிக்கொணர்வது இயலாது. இதுபோன்ற சிறுகுறைகளை Er-Hu இசையின் பலவீனம் எனச்சொல்லலாம்.

இசையின் தனித்தன்மை அதில் கலந்த உணர்வுதான். உணர்வுபாவமே (emotional expression) சாதாரண இசையை உன்னதமாக்குகிறது. Er-Huவின் நாடியான அதன் இரண்டுதந்திகள்மீது யாழ்வில் (bow) பேசும்போது எழும் நம்பமுடியாத இசை வெளிப்பாடு மற்றும் Er-Hu வாசிப்பவரது உணர்வுபாவம் நமது ஆழ்மன உணர்ச்சிகளை எழுப்பி, தொன்மையான, துயரம் நிரம்பிய, சிக்கலான ஒரு கதையை இசையில் நம்முன் படைக்கும் அவர் ஒரு தொல் கதைசொல்லியாகவும் நாம் அக்கதையின் உணர்வுபூர்வமான பாத்திரங்களாகவும் உருவெடுப்பதைத் தவிர்க்கவே இயலாது.

களம் 2017